LỜI ĐẠO SƯ

LỜI ĐẠO SƯ

HUNGKAR RINPOCHE
HIẾU THIỆN *Việt dịch*

Copyright © 2019 by United Buddhist Publisher (UBP)
ISBN-13: 978-1-0919-4102-1
ISBN-10: 1-0919-4102-5

© All rights reserved. No part of this book may be reproduced by any means without prior written permission from the publisher.

"Các ngài là bậc quy y tối hậu của chúng ta ..."

"Bạn phải có trí tuệ sắc bén và thấu suốt Giáo lý để nhận ra được trí tuệ tàng ẩn dưới những hành động thiện xảo của Thầy và nắm bắt bất kỳ điều gì Ngài truyền dạy."

Lời Vàng của Thầy Tôi

MỤC LỤC

Gửi những tấm lòng... 9

TIỂU SỬ ĐỨC HUNGKAR DORJE TÔN QUÝ ... 15

PHẦN I: 2011 - VIỆT NAM 23

PHẦN II: 2012 - VIỆT NAM 127

PHẦN III: THƯ RINPOCHE GỬI ĐỆ TỬ 221

    1. Tương Duyên

    2. Gửi Người Tìm Thầy Học Đạo

    3. Động Lực Thiện Lành

    4. Pháp, Xá Lợi, Đạo Sư

PHẦN IV: BÀI VIẾT CỦA RINPOCHE 285

    Nghệ Thuật Tây Tạng và Thế Giới Hiện Đại

Gửi những tấm lòng ...

> *"Nguyện con luôn thấy được*
> *tất cả việc Thầy làm*
> *đều nhiệm mầu trong sáng.»*
>
> Gọi Thầy từ chốn xa

Cuốn sách *Lời Đạo Sư - quyển I* là tuyển tập các bài giảng của Ngài Hungkar Dorje Rinpoche tại Việt Nam năm 2011, 2012, và một số bức thư Ngài gửi đệ tử từ năm 2009. Đức Tôn Quý Khyentse Rigdzin Hungkar Dorje là hóa thân chuyển thế của Do Khyentse, Đạo Sư vĩ đại của Tây Tạng, Tổ của dòng Longchen Nyingthig. Ở Tây Tạng, Ngài được tôn vinh là hiện thân của Đại Trí Văn Thù Sư Lợi.

Những năm qua nhóm ấn tống, và nay là quỹ Zangdok Palri (Zangdok Palri Foundation), đã gửi tới các bạn nhiều bản ghi chép các bài giảng của Ngài Hungkar Dorje Rinpoche tại Việt Nam và một số nơi khác trên thế giới như Mỹ, Canada, Nga v.v. Nhiều bạn đạo đã bày tỏ tấm lòng trân quý, khát khao đối với những lời dạy giản dị nhưng sâu sắc, đi thẳng vào lòng người của Ngài. Vì ân tình ấy của các bạn mà *người góp nhặt* cảm thấy mình có lỗi nhiều về sự chậm trễ trong việc cho ra đời cuốn sách này.

Việc ghi chép lại lời dạy của Rinpoche bằng tiếng Anh[1] và dịch Việt, biên tập, thiết kế mĩ thuật, làm chế bản, dưới sự hướng dẫn của Ngài, để thành sách là công việc đòi hỏi phải rất công phu, cẩn thận, tốn nhiều thời gian, công sức. Đây là một trong những lý do khiến việc hoàn thành tập sách bị chậm.

Lời nói của Rinpoche thường nhẹ nhàng nhưng hàm súc, đa nghĩa, mà ngữ nghĩa lại thường nương theo văn cảnh. Thiếu đi văn cảnh của pháp hội, đạo tràng ... thì việc chuyển tải những nghĩa hàm chứa đôi khi rất khó khăn.

Rinpoche đã có lần trích lời nói của Nelson Mandela: "Nếu một người nói với một người khác bằng ngoại ngữ thì lời nói chỉ động tới khối óc. Nhưng nếu người ấy nói với người kia bằng tiếng mẹ đẻ thì lời nói sẽ động tới con tim."

Mong ước của *người góp nhặt* là tuy Rinpoche không trực tiếp nói với chúng ta bằng tiếng Việt, nhưng lời của Ngài vẫn thấm sâu vào con tim người đọc, chứ không chỉ dừng nơi khối óc.

Quỹ Zangdok Palri rất mong sẽ có đủ duyên lành để gửi tới bạn đọc mỗi năm một cuốn trong seri sách *Lời Đạo Sư*. Cuốn sách này là quyển I. Do đây là cuốn sách đầu

---

[1] Theo yêu cầu của Rinpoche các lời dạy của Ngài phải được chép trực tiếp từ lời giảng tiếng Anh của Ngài rồi sau đó dịch lại sang tiếng Việt thì mới có thể làm thành sách.

tay, chắc chắn sẽ còn nhiều thiếu sót. Rất mong quý bạn đạo gần xa lượng thứ và chân tình góp ý để chỉnh sửa cho các lần tái bản sau và những cuốn sách sau của seri được hoàn thiện hơn.

Quỹ Zangdok Palri và *người góp nhặt* cũng xin gửi lời cám ơn chân thành tới chư tăng ni, quý Phật tử và các bạn đạo gần xa đã hết lòng ủng hộ giúp đỡ cho công việc ghi âm, ghi hình, chép bài giảng, dịch và làm chế bản, in ấn … để có thể ra đời được cuốn sách này. Xin tùy hỉ công đức tất cả.

Nguyện cầu từ tập sách nhỏ này sẽ bắt đầu muôn vàn hội ngộ cát tường.

Nguyện cầu chư Phật mười phương gia trì gia hộ.

Cẩn bút.

Người góp nhặt

"... tôi chẳng có gì để tặng họ ngoài những thông điệp về hòa bình và lòng nhân ái."

HUNGKAR DORJE RINPOCHE

Đức Tôn Quý Khyentse Rigdzin Hungkar Dorje là bậc hóa thân chuyển thế của Do Khyentse, Đạo Sư vĩ đại của Tây Tạng, Tổ của dòng Longchen Nyingthig Đại Viên Mãn, Cổ Mật. Ở Tây Tạng, Ngài được tôn vinh là hiện thân của Đại Trí Văn Thù Sư Lợi.

Hungkar Dorje Rinpoche sinh năm 1967, tại xứ Golok, Tây Tạng, trong một dòng họ của những Đại Thành Tựu giả. Năm 1989, Ngài tới tu viện Drepung, thuộc Gelugpa, theo tiếng gọi thiêng liêng của lời nguyện tiền kiếp: làm một đạo sư Phật Giáo Rime Bất-bộ-phái. Năm 1991, Ngài vượt rặng Himalaya sang Ấn Độ và khổ tu tại thánh địa Varanasi. Năm 1994, tại Bồ Đề Đạo Tràng, Ngài được chính thức đăng quang là hóa thân của Do Khyentse và Jigme Lingpa. Nhân dịp này Đức Đạt Lai Lạt Ma đã viết lời "Cầu Nguyện Trường Thọ Đức Hungkar Dorje Tôn Quý", tôn vinh sứ mệnh tiếp nối dòng vàng Lịch Đại Tổ Sư Longchen Nyingthig Đại Viên Mãn của Đức Hungkar Dorje Tôn Quý và tiên tri những thành tựu lỗi lạc trong đời này của Ngài.

Năm 2000, Rinpoche chính thức trở thành lãnh bậc đạo

tâm linh tối cao thứ 10 của tu viện Lung Ngon (Chokhor Ling), sứ mệnh được trao truyền từ thân phụ Ngài, Khai Mật Tạng Đại Pháp Vương Kusum Lingpa. Tu viện Lung Ngon được thành lập bởi tiền thân của Rinpoche là Tổ Do Khyentse với sứ mệnh trì giữ và phát triển dòng pháp Longchen Nyingthig của Dzongchen. Hiện nay tu viện là một trong những trụ xứ lớn của Phật Giáo Tây Tạng, nơi có gần nghìn tăng, ni, hành giả yogi, học viên học viện Phật Pháp v.v. tu học. Tu viện nổi tiếng với Đại Bảo Tháp Hòa Bình (một trong những Đại Bảo Tháp lớn nhất thế giới), Học viện Phật Pháp Chorig Lobling, Ni viện đầu tiên trong lịch sử Golok, v.v. Mỗi năm hàng chục vạn tăng, ni, Phật tử khắp mọi nơi đổ về đây thọ nhận giáo lí và tu học.

Với đại nguyện hoằng dương chánh Pháp của chư Như Lai, Ngài tổ chức sưu tập, dịch thuật, biên tập, in ấn, xuất bản v.v. toàn bộ giáo lí và lời dạy của Phật Thích Ca Mâu Ni. Đây là một dự án lớn với sự tham gia của nhiều người thuộc các tầng lớp xã hội khác nhau trên thế giới. Để bảo tồn và truyền bá nền văn hóa Phật Giáo Tây Tạng độc nhất vô nhị, Ngài sáng lập và làm chủ tịch Quỹ Gesar Shepen, xây dựng Trung Tâm Nghiên Cứu Mayul, xây dựng Trường Giáo dục Truyền thống và Hiện đại Tây Tạng v.v. Rinpoche nói vào thời xưa ở Golok không có ni viện và Ngài không thể hiểu nổi tại sao phụ nữ nói chung và ni sư nói riêng không được tôn trọng. Vì vậy Ngài đã thành lập ni viện đầu tiên tại Golok. Giáo huấn của Rinpoche luôn lấy tình thương làm cốt tủy. Ngài dạy cần phải từ bi, không chỉ đối với con người mà cả đối với con vật. Ngài cổ vũ việc ăn chay, giáo dục đạo đức không sát sinh, hòa bình và hòa hợp.

Năm 2005 Rinpoche bắt đầu truyền dạy Phật Pháp tại đất Mỹ. Từ đó, sự nghiệp hoằng pháp độ sinh của Ngài trải rộng ra nhiều nơi trên thế giới: Mexico, Candada, Úc, Nga v.v. Đặc biệt, Rinpoche có kết nối duyên nghiệp rất sâu dày với đất nước và con người Việt Nam. Năm 2009, tại một hòn đảo nhỏ, cô tịch ở Nha Trang, Ngài đã viết lời cầu nguyện Phật Mẫu Hồng Tara (Kurukulle) "Xích Lôi Câu". Với oai lực của bậc Thầy chứng ngộ Ngài đã giúp nhiều người dân bình thường hoặc hành giả ẩn tu trong núi vượt qua những chướng nạn khủng khiếp. Từ đó tới nay, uy danh của Rinpoche ngày một lớn. Ở những nơi Rinpoche tới, mưa pháp của Ngài đã thấm khắp: chùa Vĩnh Nghiêm, chùa Sủi, chùa Báo Ân, chùa Thiên Khánh, chùa Phổ Quang, chùa Từ Quang, chùa Lâm Huê v.v. Năm ngoái, nhận lời mời chính thức của Giáo Hội Phật Giáo Việt Nam Ngài đã tham dự Đại Lễ Vesak 2014.

Giáo huấn của Rinpoche luôn hướng tới hòa bình và hòa hợp toàn nhân loại. Cũng như Đức Đạt Lai Lạt Ma, Ngài là tấm gương lớn về tinh thần hòa hợp đối với tất cả các truyền thống tôn giáo trên thế giới.

Soạn bởi Hiếu Thiện (Lotsawa),
Hà Nội, ngày 10.8.2015.

*"Tất cả là nhờ lòng bi mẫn của cha tôi.
Người đã cho tôi cuộc sống này.
Nhưng hơn thế nữa, Người đã trao cho tôi
cả trọng trách lớn lao này, đó là một đại duyên
để đem lại lợi lạc cho mọi chúng hữu tình."*

2011

VIỆT NAM

(Giảng ngày 12.10.2011)

HIỂN VÀ MẬT

"Người tu phải kết hợp được cả hai truyền thống Hiển và Mật."

Việt Nam là một đất nước có truyền thống Phật giáo lâu đời, cho nên người Việt Nam cũng đã quen với giáo lý Phật đà từ rất lâu. Đây chính là nền tảng tốt đẹp để chúng ta có thể phát triển lên tiếp nữa. Trong đạo Phật có nhiều thừa, nhiều dòng phái khác nhau, Kim cương thừa Tây Tạng là một trong các thừa của Phật giáo. Kim cương thừa Tây Tạng tới Việt Nam mới được ít năm nay vì vậy vẫn còn rất mới mẻ với người Việt Nam.

Xét theo xuất xứ, về căn bản đạo Phật Việt Nam có nguồn gốc từ Trung Hoa. Đạo Phật tới Trung Quốc khoảng 400 năm trước khi tới Tây Tạng. Sự khác nhau giữa đạo Phật ở Trung Hoa và đạo Phật Tây Tạng chủ yếu ở chỗ đạo Phật ở Trung Hoa về căn bản là Hiển giáo còn ở Tây Tạng là Mật giáo. Vì vậy các Phật tử Trung Hoa có kiến thức về Hiển giáo là căn bản, chứ không phải kiến thức về Mật giáo.

"... người tu Mật trước hết phải nghiên cứu giáo lý Hiển thật sâu sắc và đầy đủ."

Trong Phật giáo Tây Tạng cũng có Hiển giáo. Hiển giáo ở Tây Tạng, Trung Hoa, Việt Nam hay bất kì một nơi nào khác đều giống nhau. Còn ở Tây Tạng phần Mật giáo rất độc đáo, khác biệt hẳn. Ở Tây Tạng có sự hòa trộn, hợp nhất giữa hai truyền thống Hiển và Mật. Trong truyền thống Mật giáo của Tây Tạng có những nét đặc thù của pháp tu, chẳng hạn như pháp quán tưởng Bổn tôn, trì chú. Kim cương thừa có khởi nguồn từ Ấn Độ và xuất hiện trong thời kỳ Đức Phật Thích Ca Mâu Ni. Sau đó Mật tông được truyền sang Tây Tạng và một số nước khác. Ở Trung Quốc Mật tông được truyền vào đời Đường. Ở Nhật Bản hay một số nước châu Á khác cũng có Mật tông. Riêng ở Việt Nam thì thầy không dám chắc rằng có Mật tông hay không?

Trong truyền thống Hiển giáo, chủ yếu hành giả phải tu tập để phát triển tâm bồ đề. Nuôi dưỡng tâm bồ đề cũng là điều chính yếu đối với người tu Mật thừa. Không tu tập để phát được tâm bồ đề thì không có cách nào để bước chân thật sự vào con đường của Kim cang thừa. Vì vậy cả hai truyền thống của Đại thừa với mục đích chung là phát tâm bồ đề đều hòa quyện với nhau, thống nhất với nhau. Kẻ chân tu phải kết hợp được cả hai truyền thống đó. Một người phát nguyện tu tập theo Kim cang thừa biết điều này. Tức là người tu phải kết hợp cả hai truyền thống Hiển và Mật. Hiển và Mật phải hợp nhất.

Ngày nay mọi người trên thế giới đều biết rằng Phật giáo Tây Tạng về căn bản là Mật tông. Vì thế, có nhiều người hình dung rằng các đạo sư Tây Tạng giống như là các vị hành giả yogi, những cư sĩ hay đại loại như vậy. Nhưng thật ra đạo Phật Tây Tạng về căn bản lấy truyền thống Hiển giáo làm nền tảng, đặc biệt là truyền thống giới luật của Hiển giáo.

"Nền tảng để xây dựng tu viện, lý do và cơ sở quan trọng để duy trì tu viện, chính là giới thanh tịnh."

Tất cả các tu viện ở Tây Tạng đều xây dựng theo nguyên tắc đó. Nền tảng để xây dựng tu viện, lý do và cơ sở quan trọng để duy trì tu viện, chính là giới thanh tịnh. Một vị tu sĩ, dù là tăng hay ni, đều phải giữ giới nghiêm mật. Phải có hiểu biết đầy đủ, đúng đắn về giới luật. Phải hiểu giới là gì và tại sao phải giữ giới luật. Nếu không có giới luật thì không thể có tu viện, không thể có được người tu hành. Các quý vị là người tu, rất cần phải biết điều đó, phải hiểu điều này. Chỉ như vậy chúng ta mới có được chung một nền tảng căn bản thống nhất trong Phật giáo.

Trong các tu viện ở Tây Tạng, những người tu nghiên cứu chủ yếu là Hiển giáo - nhiều hơn là nghiên cứu về Mật. Chẳng hạn, các vị sư trẻ khi muốn nghiên cứu giáo lý thì phải học qua tất cả các môn học căn bản của Hiển giáo như Logic học, Ba la mật, Trung quán, Giới luật v.v. Vậy một người tu Mật trước hết phải nghiên cứu giáo lý Hiển thật sâu sắc và đầy đủ, trước khi bước vào nghiên cứu giáo lý Mật. Đấy là một nguyên tắc căn bản của Kim cang thừa Tây Tạng.

Ở Tây Tạng, người tu được dạy cả ba loại giới luật: Biệt giải thoát giới, Bồ tát giới, Mật giới. Truyền thống Mật giáo Tây Tạng cho phép người tu cùng một lúc có thể thọ và giữ cả ba loại giới luật đó.

Trước hết một hành giả phải biết Biệt giải thoát giới. Gốc của Biệt giải thoát giới chính là ngũ giới. Trên nền tảng của Biệt giải thoát giới người tu xây dựng Bồ tát giới - phát nguyện tu tập để trưởng dưỡng tâm bồ đề. Rồi trên nền tảng của Biệt giải thoát giới và Bồ tát giới, người tu nhận quán đảnh, nhận giáo huấn để tu pháp quán tưởng bổn tôn, tu các nghi quỹ v.v.

Về căn bản, tinh túy của Mật giới kết lại ở một chữ tri kiến thanh tịnh. Tức là, theo Kim cang thừa bản tánh của mọi hiện tượng trong pháp giới, của vạn pháp là thanh tịnh. Tính thanh tịnh của vạn pháp luôn luôn có mặt ở đó, từ vô thỉ. Lý do tại sao chúng ta không nhìn thấy được bản tánh thanh tịnh đó là vì chúng ta có chấp ngã, có nhiễm ô, có tham, sân, si v.v. Những thứ đó che mờ, ngăn cản không cho chúng ta nhìn thấy được chân tánh của vạn pháp. Vậy khi một hành giả phát nguyện tu tập theo truyền thống Kim cương thừa, thọ giới của Kim cương thừa thì hành giả đó phải luôn nỗ lực hành trì để đạt tới tri kiến thanh tịnh.

Như thầy đã nói ở phần trước, trên thế giới người ta hiểu Phật giáo Tây Tạng là Kim cương thừa. Và một số người có cách nghĩ sai lạc rằng đạo sư có nghĩa là yogi. Chúng ta nên phân biệt rõ hai khái niệm yogi và tu sĩ. Yogi không phải là tu sĩ và tu sĩ không thể là yogi. Trong truyền thống Phật giáo Tây Tạng có yêu cầu rất cao, rất nghiêm ngặt về việc các bậc Đạo sư nắm giữ dòng Pháp phải là một vị tỳ kheo. Đạo Phật Tây Tạng yêu cầu rất cao về vấn đề này. Chính vì vậy ở Tây Tạng mặc dù dân số rất nhỏ nhưng vẫn có nhiều vị sư tốt, tức là những vị tăng ni giữ giới trong sạch. Phần lớn các vị đạo sư ở Tây Tạng đều giữ giới tỳ kheo và không có gia đình. Họ phải giữ giới nguyện thật thanh tịnh và đây là điều quan trọng bậc nhất.

Ở các nơi khác nhau tại Tây Tạng cũng có các vị yogi và một số vị đạo sư vĩ đại là yogi nhưng các vị đạo sư là tu sĩ nhiều hơn nhiều so với các vị đạo sư là yogi.

DZOGPA CHENPO
VÀ DÒNG TRUYỀN THỪA

"... tri kiến của Dzogpa Chenpo là tri kiến tối thượng."

❀

Phật giáo Tây Tạng có hai dòng phái lớn: Cổ mật và Tân mật. Đó là cách phân chia theo truyền thống Mật thừa chứ không phải theo Hiển giáo. Theo truyền thống Kim cang thừa Tây Tạng thì phái Cổ mật là Nyingmapa và truyền thống Tân mật là Tân Kadampa (New Kadampa).

Thời kỳ của vị vua Phật Trisong Deutsen, Tổ Liên Hoa Sanh cùng nhiều vị đại học giả của Ấn Độ đã được mời tới Tây Tạng để dịch các kinh sách Phật giáo, trong đó có kinh sách của Kim Cương thừa. Từ đó xuất hiện dòng phái Nyingmapa. Tiếp sau đó là thời Tân dịch. Trong thời kỳ này các dịch giả cũng có dịch rất nhiều kinh sách, chủ yếu là Mật điển, từ tiếng Phạn sang tiếng Tây Tạng; ví dụ như Kalacharkra (Bánh xe thời gian). Truyền thống Tân dịch có các dòng phái lớn là Sakyapa, Kagyupa, Gelugpa, còn truyền thống Cựu dịch thì gắn liền với Nyingmapa.

Dòng truyền thừa Longchen Ningthik thuộc về truyền thống Nyingmapa. Do chúng ta thuộc dòng Cổ mật nên vị Đạo sư chính của chúng ta là Đức Guru Rinpoche. Giáo lý Longchen Nyingthik là phục điển được chôn cất bởi Đức Guru Rinpoche và được Khai Mật tạng Vương Jigme Lingpa khai mở.

Theo tri kiến của dòng Nyingmapa trong tất cả các tri kiến của Phật giáo tri kiến của Dzogpa Chenpo Đại Viên Mãn là tối thượng. Dzogpa Chenpo (Dzogchen) là Đạo Giải thoát Tối thượng. Theo dòng Cổ mật thì tri kiến của Dzogpa Chenpo là tri kiến tối thượng, tri kiến quan trọng nhất có thể có được trên cõi đời này.

Thành tựu cao nhất, thành tựu tối thượng của hành giả Dzogchen là đạt tới thân cầu vồng. Trong truyền thống Dzogchen có nhiều vị đại Đạo sư. Trong tất cả các vị Tổ của dòng Dzogchen Đại Viên Mãn thì những vị vĩ đại nhất phải kể đến là Đức Guru Rinpoche, Vairochana, Longchenpa. Đây là những vị Thầy quan trọng nhất trong lịch sử của dòng Cổ Mật.

Lý do tại sao các bậc Thầy đều dạy rằng Dzogchen là thừa cao nhất, thừa tối thượng của Phật Giáo? Trong các truyền thống khác của Phật giáo, ví dụ như trong các dòng phái khác của Mật thừa, cũng có những pháp tu, những chứng ngộ rất cao. Tuy nhiên, hành giả ở những truyền thống khác không thể đạt được chứng ngộ cao tới mức mà hành giả Dzogchen có thể đạt được. Khi tu theo các truyền thống khác, hành giả có thể đạt tới thành tựu tối thượng chỉ sau khi chết. Tức là họ vẫn phải đợi tới khi chết, trong thân trung ấm, thì mới có thể đạt tới chứng ngộ tối cao. Nhưng một hành giả Dzogchen thì không phải đợi tới khi chết, tức là không phải đợi tới giai đoạn thân trung ấm. Họ có thể đạt thành tựu viên mãn ngay trong cuộc đời này. Tức là thân, khẩu, ý tan hoàn toàn thành ánh sáng và hành giả đạt thân cầu vồng.

Chữ đầu tiên trong cuốn ngondro là chữ "Dzogchen". Chữ "Dzogchen" có hai thành tố là "Dzog" và "chen". Chữ "Dzog" tiếng Tây Tạng có nghĩa là "viên mãn", "toàn thiện". Chữ "chen" tiếng Tây Tạng có nghĩa là "đại", "vô biên". Thế nào có nghĩa là "Dzog." Thế nào có nghĩa là "chen". Viên mãn – cái gì viên mãn? Vạn pháp trong luân hồi và Niết bàn vốn tự chúng trong chân tánh là viên mãn. Dzogchen là như vậy. Trong chân tâm bản tánh của mỗi chúng sinh vạn pháp vốn là viên mãn. Đó là Dzogpa Chenpo Đại Viên Mãn.

> *"... tinh túy của Mật giới kết lại ở một chữ tri kiến thanh tịnh."*

Vạn pháp vốn là viên mãn, thanh tịnh trong thật tánh của chúng – điều này có ý nghĩa gì? Nếu ta chứng được chân tâm thì có thể nhận thấy tất cả vạn pháp và chân tánh của chúng. Và nếu trụ được trong tánh thì trong cảnh giới đó ta có thể phát triển trí huệ thù thắng. Khi hành giả trụ được trong cảnh giới đó thì vô minh, che chướng, bám chấp trong tâm sẽ bị đoạn diệt. Điều này có ý nghĩa thực tế rất lớn lao vì đây là con đường để hành giả có thể nhanh chóng đạt tới thành tựu cao nhất.

Dòng truyền thừa Longchen Nyingthik được các bậc Tổ sư của phái Cổ Mật truyền dạy, đặc biệt nhất là Ngài Longchen Rambjam. Chữ "Longchen Nyingthik" được lấy từ tên của Sư tổ. Trong các vị Đạo sư vĩ đại của dòng Dzogpa Chenpo thì Longchen Rambjam là một trong những vị đã đạt được chứng ngộ cao nhất của Dzogpa Chenpo, tức là đạt thân cầu vồng ngay trong cuộc đời này. Các giáo huấn vĩ đại của Đức Longchenpa để lại rất đồ sộ nhưng tinh yếu của các giáo huấn này vẫn là giáo huấn Dzogpa Chenpo - đó là giáo lý Longchen Nyingthik. Trong chữ "Longchen Nyingthik" thì chữ "Nyingthik" trong tiếng Tây Tạng có nghĩa là "Giọt tinh", "Tâm yếu".

Đức Longchen Rabjam là một người lao động rất cần cù - Ngài tu tập rất tinh tấn. Ngài đã dành toàn bộ thời gian, công sức của đời mình cho việc học giáo lý và ẩn tu. Lúc đầu Ngài nghiên cứu tất cả kinh sách Đức Phật truyền dạy và trở thành một vị học giả vĩ đại. Sau đó Ngài phát tâm ly gia xuất thế, trở thành một hành giả và tới Kangri Thodkar. Ở Kangri Thodkar Ngài sống một mình trong một hang động và ẩn tu suốt đời. Ngài tu pháp Dzogpa Chenpo và đạt được chứng ngộ viên mãn. Cũng trong thời gian ở hang động Ngài đã để lại nhiều giáo huấn về Dzogchen. Trong tất cả các kinh sách mà Đức Longchenpa để lại thì tập "Bảy kho báu" là giáo huấn quan trọng nhất của dòng Dzogchen. Có thể nói cuốn "Bảy kho báu" là giáo huấn quan trọng nhất về Dzogchen mà chúng ta có thể tìm thấy được trên cõi đời này.

Đức Longchenpa vĩ đại là một khất sĩ sống suốt cuộc đời mình trong hang động và tu trì, hoàn toàn không vướng vào những mối bận tâm thế tục. Đó là một chút chuyện kể về Ngài.

Khoảng chừng ba bốn trăm năm sau khi Longchenpa viên tịch, thì Tổ Jigme Lingpa (hóa thân của Longchenpa) ra đời. Đức Jigme Lingpa có nhiều linh kiến, trong đó ba lần Ngài có linh kiến về Tổ Longchenpa. Tổ Jigme Lingpa trong những lần đó đã trực tiếp nhận giáo huấn từ Tổ Longchenpa. Ngài cũng có những linh kiến về Vimalamitra – một trong những vị Sư tổ của dòng Dzogchen. Đức Vimalamitra đã đạt được chứng ngộ cao nhất của Dzogpa chenpo. Ngài đã đắc thân cầu vồng ngay trong chính cuộc đời. Tổ Jigme Lingpa đã nhận được nhiều giáo huấn trao truyền từ Vimalamitra.

Phần chính của nghi quỹ mà chúng ta đang có trong tay được Tổ Jigme Lingpa viết ra. Giáo lý Longchen Nyingthik là một phục điển được Tổ sư Jigme Lingpa khai mở. Lý do chính, mục đích chính Tổ Jigme Lingpa viết ra Mật điển Longchen Nyingthik là để hành giả tu tập và đạt tới giác ngộ tối thượng Dzogpa chenpo.

> *"... hành giả tu ngondro phải thực hiện hai công việc, thứ nhất là tịnh hóa nghiệp và thứ hai là tích lũy công đức."*

Chữ "ngondro" có nghĩa là "dự bị" hay "chuẩn bị"; như vậy pháp ngondro là pháp *dự bị* hay pháp *chuẩn bị*. Tại sao lại nói là "chuẩn bị"? Chuẩn bị ở đây là chuẩn bị cho Đại Viên Mãn, chuẩn bị cho sự chứng ngộ của Đại Viên Mãn. Pháp ngondro có ý nghĩa, tác dụng như thế nào? Câu trả lời là: hành giả tu ngondro phải thực hiện hai công việc, thứ nhất là tịnh hóa nghiệp và thứ hai là tích lũy công đức. Tại sao phải tịnh hóa nghiệp và tích lũy công đức. Bởi nếu chúng ta muốn đạt được thành tựu ở những giai đoạn tu tập tiếp theo, thì trước hết chúng ta phải tạo nhân và duyên chính yếu, không thể thiếu được. Nếu không thì chúng ta sẽ không đạt được những kết quả mong muốn. Chính vì vậy, trong giai đoạn tu tập pháp tu ngondro hành giả phải tạo ra được những điều kiện tiên quyết để có thể đạt được những chứng ngộ cao hơn về sau.

NGOẠI NGONDRO - PHÁP TỊNH KHẨU

"... mục đích chính của việc tu ngoại ngondro là để phát được tâm xả ly."

❀

Sáng nay Thầy đã nói về dòng truyền thừa Longchen Nyingthik, sơ lược lịch sử, về các vị Tổ sư của dòng truyền thừa, về những đặc điểm, giá trị, phẩm tánh của pháp tu và dòng truyền thừa. Bây giờ chúng ta chuyển sang phần nghi quỹ.

Nghi quỹ ngondro được chia làm hai phần: Ngoại ngondro và Nội ngondro. Những đề tài của Ngoại ngondro có thể tìm thấy nó ở trong bất kì cuốn kinh nào của Phật giáo. Đặc biệt phần Ngoại ngondro bao gồm trọn trong giáo lý Tứ Diệu Đế do Đức Phật tuyên thuyết trong lần chuyển pháp luật đầu tiên. Trên thực tế, tu Ngoại ngondro là tu Tứ Diệu đế. Trong Tứ Đế đó thì hai chân lý đầu tiên là phần nhấn mạnh của Ngoại ngondro.

Chúng ta phải hiểu sâu sắc ý nghĩa của phần Ngoại

ngondro và tầm quan trọng của nó. Nếu không thì không thể thành tựu việc tu nói chung, và không thành công trong việc hành trì phần này nói riêng. Vậy thì mục đích của phần Ngoại ngondro là gì?

Ý nghĩa trọng yếu của phần tu Ngoại ngondro là để ta hiểu được, nhận ra được bản chất của luân hồi, bản chất của cuộc sống này đây. Khi nhận rõ được bản chất thật của luân hồi thì ta sẽ phát được tâm xả ly. Khi đó ta sẽ không còn bị dính mắc vào nơi trần cảnh, không còn bị mê đắm trong luân hồi nữa. Chỉ một khi đã phát được tâm xả ly thì mới có thể tu tập tiếp các phần sau. Vậy thì mục đích chính của việc tu Ngoại ngondro là để phát được tâm xả ly, chán bỏ luân hồi.

"Pháp tịnh khẩu mục đích là để
tịnh hóa nghiệp chướng về khẩu."

Bây giờ chúng ta sang phần thứ nhất – "Pháp tịnh khẩu".

Pháp tịnh khẩu mục đích là để tịnh hóa nghiệp chướng về khẩu. Dòng đầu tiên: OM AH HUNG. Đây là ba chủng tự của Tam thân Phật: Pháp thân, Báo thân và Ứng hóa thân. Chủng tự OM là chủng tự của Hóa thân, chủng tự AH là chủng tự của Báo thân, và chủng tự HUNG là chủng tự của Pháp thân. Khi quán tưởng ba chủng tự OM AH HUNG ta gieo hạt giống trong dòng tâm thức của mình để thành tựu Tam thân Phật. Và như vậy cũng tức là ta đang tịnh hóa khẩu nghiệp.

Ngoài ra còn có một nghĩa khác. Ba chủng tự OM AH HUNG là tinh túy của Tam kim cương: Thân kim cương, Khẩu kim cương và Ý kim cương của Phật. Chủng tự OM là tinh túy của Thân kim cương, chủng tự AH là tinh túy của Khẩu kim cương, chủng tự HUNG là tinh túy của Ý kim cương (Trí huệ) của Phật.

Dòng kế tiếp: "Lửa phát ra từ chủng tự RAM đốt tan lưỡi hành giả". Hãy quán tưởng chủng tự RAM. Chủng tự RAM trong sách là chữ Tây Tạng nhưng âm RAM là âm tiếng Phạn. Khi tụng dòng này hãy quán tưởng chủng tự RAM ở trên lưỡi của mình. RAM là biểu tượng của lửa. Vì vậy ta quán tưởng chủng tự này biến thành ngọn lửa thiêu tan mọi khẩu chướng, khẩu nghiệp, và khẩu của ta được hoàn toàn thanh tịnh hóa.

Khi quán tưởng một vị Bổn tôn thì có rất nhiều chi tiết và thực sự rất khó để ghi nhớ tất cả, nên chúng ta phải cố gắng để càng ngày các chi tiết đó càng được hiện lộ rõ ràng. Một trong những cách để giúp quán tưởng tốt là đầu tiên ta phải bám vào những nét, những chi tiết căn bản, phải cố gắng ghi nhớ. Chẳng hạn như trong phần này thì ba chủng tự OM AH HUNG, hay chủng tự RAM phải cố gắng ghi nhớ, không được bỏ qua. Lúc đầu sẽ rất khó khăn, nhưng dần dần ta sẽ phát triển khả năng tập trung chú ý và tăng được định lực.

Hãy quán tưởng ở giữa lưỡi chủng tự RAM. Rồi nó biến thành một ngọn lửa rất nhỏ; mặc dù nó nhỏ vậy nhưng rất sắc nét, rất rõ ràng. Ngọn lửa này sẽ đốt đi tất cả những bất thiện nghiệp về khẩu. Nhờ đó mà cái lưỡi của chúng ta biến thành ánh sáng đỏ, trong suốt. Dòng tiếp theo: "Rồi biến thành chày kim cang ba chấu bằng ánh sáng đỏ". Ta quán tưởng chày kim cang ba chấu, chất liệu của nó là ánh sáng đỏ, trong suốt. Xung quanh chủng tự RAM ở giữa tâm chày có các vòng tròn nguyên âm, phụ âm và kiết tường tâm chú. Quán tưởng như vậy cũng rất khó bởi vì phải tưởng tượng ba vòng tròn. Khi chưa thấy thì mình tin tưởng cũng được rồi. Tin tưởng rằng ở nơi đó có ba vòng tròn minh chú như vậy.

Tiếp theo, ta quán tưởng từ những chủng tự ở mỗi chuỗi minh chú đều phóng chiếu ra vô lượng ánh sáng cúng dường chư Phật, chư Bồ tát. Về nguyên tắc ta có thể cúng dường chư Phật, chư Bồ tát, chư A la hán tất cả mười phương pháp giới những gì? Ở đây khi mình quán tưởng ánh sáng phóng ra từ những chủng tự như vậy thì đồng thời cũng có thể cúng dường những vật phẩm [quán tưởng] cao quý khác như nước, hoa, đèn bơ v.v. Tóm lại là tất cả những gì tốt đẹp, cao quý mà ta muốn cúng dường lên chư Phật, chư Bồ tát. Chính nhờ hành động cúng dường thông qua pháp quán tưởng đó mà ta tạo được công đức. Nhờ công đức này ta nhận được lực gia trì gia hộ của chư Phật, chư Bồ tát. Rồi năng lực các Ngài ban cho ta thị hiện trong hình tướng của ánh sáng dội ngược trở lại.

Tại sao chúng ta phải tịnh hóa khẩu? Trong cuộc sống, ta có thể nói những lời gây ra khẩu nghiệp. Ví dụ như nói dối, nói những điều không thành thật, nói sai sự thật. Hoặc dùng lời nói để lừa người khác. Tất cả những lời nói đó tạo khẩu nghiệp. Sau này mặc dù ta nói với người khác những lời đúng đắn, chân thật nhưng do khẩu nghiệp kia nên người ta không tin. Trong khi đó có những người mà khi họ nói ra, lời nói của họ có oai lực và khiến cho người khác nghe họ, tin họ. Tất cả là do nghiệp về khẩu. Vì vậy nếu ta muốn cho lời nói của mình có sức mạnh thì mình phải tịnh hóa khẩu nghiệp. Khi đó khẩu của ta sẽ có oai lực, có sức mạnh khiến người khác tin và nghe theo.

Phần tịnh hóa khẩu bằng cách tụng ba minh chú này rất quan trọng. Nếu hàng ngày vừa tụng vừa quán tưởng như vậy, thì dần dần ta sẽ phát triển mạnh năng lực của khẩu để có thể thuyết phục được người khác tin vào lời nói của mình. Áp dụng vào việc tu tập, nhờ tịnh hóa khẩu như vậy mà năng lực của khẩu sẽ khiến cho khi ta trì chú (ở phần tiếp theo của pháp tu) năng lực minh chú cũng sẽ mạnh lên gấp bội. Vậy pháp này là để chuẩn bị cho những pháp sau.

ĐỨC BỔN SƯ

"Nếu không có Bổn sư thì chúng ta không thể tu hành đúng đường hướng."

Chúng ta chuyển sang trang số 15, ngoại ngondro. Mục đích của phần ngoại ngondro là gì? Khi tu phần này là phải chuyển được tâm. Tại sao phải luyện tâm? Đó là vì thông thường khi chúng ta không có tu thì tâm mình còn rất hoang dại. Nó chạy loăng quăng khắp nơi, chỗ nào cũng có mặt nhưng lại không có mặt ở nơi nào hết. Là vì nó không trụ vào một mục đích rõ ràng, chân chính nào cả. Nếu ta tu tốt phần ngoại ngondro thì tâm ta sẽ được thuần hóa dần dần, để cuối cùng nó sẽ trụ được vào trong mục đích chân chính là thực hành chánh pháp.

Thông thường tâm của chúng ta luôn loạn động, luôn bị lôi kéo bởi vọng tưởng. Khi tâm về đúng vị trí rồi thì tự nó sẽ rất trong sáng, an hòa, đơn sơ và thiện lành. Và chỉ khi đó ta mới có đủ sáng suốt để biết được tâm mình nó đang muốn cái gì, và nó không muốn cái gì. Phải luôn biết được tâm của mình. Tu là điều phục được tâm, là hiểu được đúng bản thân và bắt đầu tỉnh giác về những cái gì hay và không hay đang xảy ra trong tâm mình.

Mở đầu của pháp tu tiên yếu ta thỉnh cầu tới Đức Bổn Sư ba lần. Tại sao? Đó là vì trong truyền thống Phật giáo Tây Tạng Bổn sư đóng vai trò trung tâm. Nếu không có Bổn sư thì chúng ta không thể tu hành đúng đường hướng. Vì thế không thể thành chánh quả. Vì vậy mà Guru là trung tâm, là tối quan trọng trong cuộc đời của một hành giả.

Đức Tsongkhapa có dạy rằng cội nguồn của tất cả những phẩm tánh tốt đẹp trong tâm một hành giả chính là Đức Bổn Sư. Chân thành đặt hết niềm tin, lòng khát ngưỡng của mình vào một vị Thầy, đi theo Ngài và gắn kết trọn vẹn với Ngài - đó là điều quan trọng nhất mà một hành giả Kim Cương thừa phải làm cho được. Bất cứ một ai bước chân trên con đường Kim cương thừa đều phải biết đó là điều kiện tiên quyết, điều kiện tối quan trọng giúp ta có được chút thành tựu nào đó.

Một hành giả trước khi có kết nối tâm linh chính thức với một vị Bổn sư nào đó đều phải có một khoảng thời gian để khảo sát vị thầy; để tìm xem vị thầy đó có thực sự có được những phẩm tánh mà một vị Guru cần phải có hay không. Các vị đạo sư dòng Kadampa trong quá khứ đã nêu một tấm gương sáng trong việc khảo sát một vị thầy. Các ngài đã bỏ nhiều năm trời để khảo sát vị thầy của mình. Khi chúng ta đã thấy rằng vị thầy của mình thực sự có những phẩm tánh cần thiết, thì lúc đó cần phải phát triển tâm chí thành chí tín với Bổn sư.

Chúng ta phải đặt trọn cuộc đời mình nơi Guru, quy y Ngài, và cúng dường toàn bộ thân, khẩu, ý của mình trọn vẹn cho Ngài. Bất kì lời nói nào, ý chỉ nào của Ngài ta cũng đều phải nỗ lực làm theo và tin tưởng. Chỉ khi đó thì chúng ta mới có được điều kiện quan trọng nhất để thành tựu trên con đường tu.

Trong truyền thống Kim cương thừa, có một đòi hỏi một đòi hỏi rất quan trọng, đó là người hành giả phải nhìn thấy vị Guru của mình như một vị Phật. Đức Marpa đã dạy Tổ Milarepa: "Nếu con chỉ nhìn thấy ta như một ông sư, như một con người bình thường, thì kết quả con có được chỉ là nước lã mà thôi."

Chúng ta nên tìm hiểu kỹ những vấn đề trong mối quan hệ giữa đạo sư và đệ tử. Chúng ta phải tìm hiểu để biết được: phải làm như thế nào để khảo sát một vị thầy, để nhận một vị thầy, để trở thành một đệ tử tốt. Làm như thế nào để nghe được giáo lý mà Thầy truyền dạy cho mình, để có thể đi theo chân một Ngài và làm theo những gì mà Ngài chỉ dạy theo đúng nghĩa của một đệ tử.

Bây giờ thầy sẽ nói thêm cho quý vị biết về mối quan hệ giữa dòng truyền thừa Longchen Nyingthik và cá nhân thầy. Thầy cũng sẽ giải thích thêm việc dòng truyền thừa đã được trao truyền [nhất mạch không gián đoạn] tới thầy như thế nào?

Nhiều quý đạo hữu ở đây cũng đã biết Lama Sang, tức là thân phụ của ta. Ngài là một trong các vị Tổ của dòng truyền thừa. Vị Guru chính của Ngài là Đức Dodrupchen IV, hiện còn sống và đang sống ở Sikkim. Ngoài ra, tất nhiên là Lama Sang còn theo học nhiều vị Thầy khác nữa của mình. Ngài có một vị Thầy. Vị Thầy này cũng thuộc xứ Golog và đã viên tịch cách đây 40 năm. Ngài là một trong những vị Thầy chính yếu của Lama Sang. Ngài cũng là một vị Đạo sư của dòng Longchen Nyingthik.

Vị thầy thứ hai này của Lama Sang không phải là người nổi tiếng, nhưng đó là một vị thầy rất quan trọng. Ngài đã viết rất nhiều nghi quỹ, luận bình giảng cho các pháp tu của dòng Longchen Nyingthik. Ngài cũng là một học giả đặc biệt nổi tiếng là thông tuệ. Ngài là đệ tử của Tổ Dodrupchen III.

Tổ Dodrupchen là một học giả lớn, có thể sánh ngang với Đức Mipham Rinpoche và Đức Tsongkhapa. Tổ Dodrupchen III đã nhận giáo lý Longchen Nyingthik trao truyền từ Tổ Jamyang Khyentse và Tổ Patrul Rinpoche. Bản thân Patrul Rinpoche và Jamyang Khyentse lại là đệ tử của Tổ Jigme Gyalwai Nyugu; và Jigme Gyalwai Nyugu lại là đệ tử chính yếu của Sư tổ Jigme Lingpa.

Đó là cách mà dòng truyền thừa Longchen Nyingthik đã được trao truyền nhất mạch không gián đoạn tới ta. Ta đã thọ nhận giáo lý Longchen Nyingthik trực tiếp từ thân phụ là Lama Sang, từ Đức Dodrupchen IV, và từ các vị Đạo sư khác nữa của dòng Longchen Nyingthik.

Thông thường tại các tu viện Tây Tạng, như tu viện ở Golog, thì ai cũng phải qua giai đoạn ngondro trước khi bắt đầu một pháp tu [Mật] nào khác. Cả các vị lạt ma cũng phải thực hành pháp tu này để tích lũy túc số 500 000 hoặc hơn nữa. Chúng tôi hành trì dưới sự dẫn dắt của một vị thầy, hay còn gọi là đạo sư (master). Ngay cả khi làm biếng không muốn tu thì vẫn cứ phải tu. Sự khác nhau giữa thầy và các quý vị ở đây là trong hoàn cảnh đó thầy buộc phải tu chứ không có sự lựa chọn nào khác. Còn các quý vị ở đây thì muốn tu cũng được mà không tu thì cũng không sao (*cười*).

"Lúc cảm nhận được lòng từ bi bao la của Guru thì cũng là lúc ta có được kết nối sâu sắc, mạnh mẽ với Ngài."

Sau khi chúng ta đã quyết định nhận một vị thầy là Guru thì cần phải tiếp tục làm cho mối dây kết nối đó thêm vững mạnh trên cơ sở phát triển tâm từ bi giữa Guru và đệ tử. Một trong những "bài tập về nhà" (homework) mà người đệ tử phải "giải" cho được là phải luôn luôn trực nhận được tình thương yêu, tâm từ bi của Thầy. Luôn luôn lúc nào cũng vậy, phải hướng tâm tới Thầy. Đó là điều rất quan trọng. Sao cho cái mà chúng ta cảm nhận được - thật mạnh mẽ, mạnh mẽ nhất trong tâm mình - chính là lòng từ bi bao la của Ngài. Lúc cảm nhận được lòng từ bi bao la của Guru thì cũng là lúc ta có được kết nối sâu sắc, mạnh mẽ với Ngài.

Khi tụng xong ba lần "Lama Khyen!" thì tụng xuống dòng dưới: " Từ đóa hoa sen của tín tâm nở bừng trong tim con." Khi đi ngủ ta quán tưởng Đức Bổn Sư nơi trái tim của mình. Trái tim biến thành đóa hoa sen. Trái tim tượng trưng cho tâm chí thành chí tín đối với Guru. Vì thế nó là bông hoa sen. Khi chúng ta ngủ, hãy quán tưởng nơi trái tim mình là đóa hoa sen. Guru của mình ở trong đóa hoa sen đó, trong hình tướng của Đức Guru Rinpoche. Sau đó, ngày hôm sau thức dậy, ta lại quán tưởng Đức Bổn Sư của mình từ đóa hoa sen đó đi lên đỉnh đầu và ngự ở trên đó. Ta đã thỉnh cầu Ngài ngự trên đỉnh đầu của mình. Mọi lúc mọi nơi hãy luôn quán tưởng tới Ngài như vậy để qua đó thật sự nhận được năng lực gia trì gia hộ của Ngài.

Ý nghĩa của cụm từ "Bậc hộ chủ duy nhất" là như thế nào? Tại sao Bổn sư lại là bậc hộ chủ duy nhất? bởi vì Ngài là kết tinh của mười phương chư Phật, chư Bồ tát, chư bổn tôn. Ngài chính là Tam Bảo. Ngài là bậc hộ chủ duy nhất.

Vì ta đang ở trong cảnh "khổ não của nghiệp chướng và vọng tưởng" nên ta thỉnh cầu Ngài ngự trên đỉnh đầu để hộ trì cho ta. Ngài chính là nguồn năng lực gia trì gia hộ bảo vệ cho chúng ta thoát khỏi mọi hiểm nguy, che chướng và lực xấu ác. Khi quán tưởng Bổn sư thì phải luôn làm đúng phương pháp: bản tánh là Bổn sư, nhưng hình tướng là Guru Rinpoche. Nhớ nghĩ tới Thầy trong hình tướng Đức Liên Hoa Sanh. Quán tưởng Bổn sư trong hình tướng Đức Liên Hoa Sanh chính là cầu nguyện đến Đạo sư Liên Hoa Sanh. Khi đó chính Đức Liên Hoa Sanh cũng thông qua Bổn sư ban gia trì gia hộ.

Trang 17 dòng cuối cùng có câu tụng : "Khiến con phát sinh chánh niệm và tỉnh giác." Mỗi khi quán tưởng Guru ngự trên đỉnh đầu mình thì đó là lúc ta phát sinh chánh niệm tỉnh giác. Quan trọng là chúng ta phải giữ như vậy tất cả mọi lúc mọi nơi. Khi giữ được chánh niệm, tỉnh giác như vậy mình sẽ dần tăng trưởng được tín tâm đối với Bổn sư.

Trong lời tụng: "Lama Khyen!" chữ "Khyen" có nhiều nghĩa: "Hãy nghĩ đến con!", "Hãy lắng nghe con!". Cũng có nghĩa là "Ngài biết con, ngài hiểu con, hãy cho con sức mạnh!" Khi chúng ta khẩn cầu như vậy với Guru, với Tam Bảo có nghĩa là ta xin Guru, xin Tam Bảo các Ngài lắng nghe, ban gia trì gia hộ, ban sức mạnh cho mình. Ta tin tưởng các Ngài hiểu được ta, biết được tâm ta. Khi ta tụng như vậy trong phần "Bốn niệm chuyển tâm" thì có nghĩa là ta xin các Ngài giúp cho mình chuyển được tâm qua việc tu bốn niệm chuyển tâm. Vậy dòng này có tác dụng đưa tâm mình về vị trí đúng đắn.

BỐN NIỆM CHUYỂN TÂM

*"... nếu có vẻ như ta không làm gì cả
nhưng trái tim ấm áp luôn tỏa ra tình thương yêu
thì thực ra ta đang làm được rất nhiều."*

Niệm chuyển tâm thứ nhất, đề mục quán chiếu thứ nhất là "Vô thường". Trong cuộc sống, ta thường hay bám chấp vào rất nhiều thứ. Do chấp trước như vậy nên chúng ta cứ phải tái sinh vào trong cõi Ta bà này. Khi quán chiếu vô thường ta nhắc ta rằng mọi thứ trong cuộc đời này đều thay đổi. Nếu quán chiếu hàng ngày như vậy thì dần dần sẽ thấm được lý vô thường của vạn pháp, của vũ trụ, nhân sinh. Khi đó tâm sẽ ngày càng bớt dính mắc vào luân hồi, sẽ dần phát được tâm xả ly.

Vậy cách mà ta quán chiếu lý vô thường chính là để thay đổi tâm mình. Thay đổi tâm ở đây chính là thay đổi cách suy nghĩ về cuộc sống. Trước đây mình nghĩ cuộc sống là thường hằng, thì giờ mình phải đổi lại: tất cả mọi thứ trong cuộc đời này đều là giả tạm, không thường hằng. Tất cả là vô thường.

Dòng thứ hai: "Ngay lúc này đây con đã có được những thuận duyên hiếm có". Thuận duyên ở đây tức là chúng ta có được thân người quý báu. Bình thường ta hay phung phí thời gian mà không ý thức được một cách sâu sắc rằng có được cơ hội làm người là vô cùng hi hữu. Chúng ta phí bỏ thời gian mà không đạt được một cái gì có ý nghĩa chân thật trong cuộc đời.

Ta phải biết, trong sáu cõi Ta bà này để được sinh làm người là một điều cực kì khó khăn. Đầu tiên phải gieo nhân duyên từ nhiều đời nhiều kiếp, phải tạo rất nhiều công đức, tính lũy nhiều thiện nghiệp. Thứ hai, phải có ước nguyện mãnh liệt được sinh ra làm thân người. So sánh về số lượng chúng sinh trong cõi Ta bà này, thì chúng sinh cõi người vô cùng quý hiếm so với các cõi khác như địa ngục, ngạ quỷ, súc sinh.

"... con người có thể đi lạc đường,
sử dụng trí thông minh và tri thức có được
cho những mục đích xấu ác.
Đó là trí thông minh bất thiện."

Chúng ta cần gieo ba gốc rễ điều lành để có thể có được thân người quý báu. Thứ nhất, phải giữ giới tốt. Giữ giới ở đây trước hết là Biệt giải thoát giới. Thứ hai, phải cúng dường, bố thí rất nhiều. Hay nói tóm lại là phải tích lũy thiện nghiệp. Thứ ba, phải cầu nguyện, phát nguyện rất mãnh liệt là ta sẽ tái sinh làm thân người. Khi đã hội đủ được cả ba điều kiện như vậy thì mới có thể sinh được làm thân người. Ngược lại khi đã được sinh làm thân người như vậy thì cũng phải biết rằng mình đã phải nỗ lực rất nhiều như thế nào trong quá khứ. Nếu mình biết như vậy thì sẽ biết trân quý cuộc đời này

Điều thứ hai, cần phải quán chiếu về sức mạnh đặc biệt của con người là trí khôn, là tri thức. Nhờ có trí khôn, có tri thức, có trí tuệ mà ta có thể học tập, tìm hiểu giáo lý (tuệ văn), tư duy quán chiếu (tuệ tư) và đưa giáo lý vào thực hành phát triển trí tuệ (tuệ tu) và đạt tới quả vô thượng bồ đề. Chính nhờ có trí khôn, có tư duy quán chiếu mà chúng ta mới phát được tình thương yêu, tâm từ bi, và tâm bồ đề và kiến tánh.

Tuy nhiên, con người có thể đi lạc đường, sử dụng trí thông minh và tri thức có được cho những mục đích xấu ác. Đó là trí thông minh bất thiện. Ví dụ, ngày nay người ta dùng kiến thức khoa học để chế tạo nhiều thứ vũ khí giết người độc ác gây nhiều đau khổ cho con người trên trái đất. Tri thức của nhân loại có sức mạnh vô cùng lớn. Nhưng phải sử dụng nó như thế nào? Đó mới là điều chúng ta phải suy nghĩ. Đức Phật, bậc Thầy của trời và người, đã dạy cho chúng ta cách chân chánh để sử dụng trí thông minh, sự hiểu biết. Ta phải học theo Ngài để sử dụng trí thông minh và hiểu biết một cách tốt nhất, đặng mang lại hạnh phúc chứ không phải khổ đau cho mình và cho người.

Câu cuối cùng: "Ta chẳng biết khi nào vô thường sẽ lấy đi mạng sống". Đời là vô thường và ta không bao giờ có thể chắc chắn cái gì sẽ tới ngay khoảnh khắc tiếp theo của cuộc sống. Không ai trong chúng ta dám chắc mình còn sống được bao lâu trên cõi đời này. Cái chết có thể xảy đến với chúng ta bất cứ lúc nào. Vì vậy phải quán chiếu một cách sâu sắc lý vô thường, luôn luôn nhắc mình nghĩ tới cái chết. Cái chết có thể cướp đi cuộc sống quý báu của mình bất cứ lúc nào, thì ta sẽ tăng thêm quyết tâm, nỗ lực tu tập và nỗ lực hành trì chánh pháp.

Ta vẫn nói: con người vừa mới sinh thì cái chết đã cận kề. Người ta có thể lặp đi lặp lại điều đó nhiều lần, nhưng không hết lòng chân thật quán chiếu ý nghĩa những gì ta nói thì cũng không thể chuyển hóa được tâm. Thông thường, khi có chuyện xảy ra ta không nghĩ tới nghiệp và Nhân quả. Ta luôn quên rằng vì nghiệp ác đã tạo mà tai họa luôn rình rập. Đó là vô thường, là thân phận của ta. Thay vào đó, ta luôn luôn tự bào chữa và đổ hết tội lỗi cho người. Ta không thành thật với chính mình! Không chân thật tin vào nhân quả. Không chân thật quán chiếu vô thường! Ta không chuyển được tâm, không sửa được mình! Nếu ta đổi thái độ: bất cứ chuyện gì không tốt xảy ra liền nghĩ tới luật Nhân quả, tới lý vô thường thì tâm sẽ chuyển. Họa và phước đều vô thường, đều do ta tạo dựng. Tự trách mình, tự sửa lấy mình - đó là cách duy nhất để có hạnh phúc. Trách người khác là nguyên nhân của đau khổ, trách chính mình là con đường của hạnh phúc.

Trong cuộc sống, khi có chuyện xảy ra người ta hay than khóc: "Cuộc đời này bạc ác với tôi. Người đời tàn nhẫn với tôi." Ta hãy suy nghĩ kỹ lưỡng hơn để hiểu cái gốc của rắc rối này nằm ở đâu. Đúng là thế giới này cũng hung dữ thật. Nhưng nếu quán chiếu một cách sâu sắc hơn, tĩnh tại hơn thì sẽ thấy nghĩ như vậy là sai. Bất cứ một bất hạnh nào ta gặp trong cuộc sống, đều bắt đầu từ TA – từ sự phản ứng của chúng ta với ngoại cảnh. Khi gặp chuyện gì không vừa ý mình liền phản ứng. Và lập tức đó sẽ là một khởi đầu của một chuỗi những điều khó chịu, những điều không tốt xảy ra. Nhưng nếu mình chấp nhận nó với thái độ bình tĩnh, thì lý do để nó tiếp tục sẽ biến mất. Vậy những điều bất hạnh trong cuộc sống thường do phản ứng của ta mà ra. Nếu tâm của chúng ta tĩnh lặng thì mọi chuyện sẽ qua, còn làm ngược lại thì khiến cho càng ngày mọi chuyện càng trở nên rắc rối hơn. Vậy tất cả đều do cách suy nghĩ, lối nghĩ, lối phản ứng của ta đối với mọi chuyện xảy ra trong cuộc sống chứ không phải do cuộc sống. Cuộc sống thiện lành mỉm cười với ta hay bạc ác với chúng ta, cay nghiệt với ta – hết thảy đều do ta, do phản ứng của ta đối với cuộc sống. Không phải do cuộc sống.

Trang 18, phần mở đầu niệm: "Dù sinh bất cứ nơi nào

trong luân hồi cũng đều là nhân của khổ não". Trong niệm chuyển tâm này chúng ta quán chiếu bản chất đau khổ của luân hồi. Trong phần này chúng ta sẽ quán chiếu những điều Đức Phật dạy trong "Khổ đế". Dù chúng ta sinh ra ở bất cứ cõi nào trong lục đạo luân hồi này thì cũng không thoát khỏi đau khổ, đau khổ chính là bản chất của cõi ta bà này. Khi quán chiếu như vậy chúng ta cũng quán chiếu nhân quả và nghiệp để thấy rằng đau khổ là do chúng ta đã gieo nhân ác trong quá khứ nên nghiệp sẽ theo chúng ta như hình với bóng. Nếu chúng ta tin chắc vào luật nhân quả, thấm thía bản chất của đau khổ, thì sẽ cẩn thận hơn trong lời nói và như hành động để tránh quả báo không tốt lành.

Dòng tiếp theo: "Bất cứ nghiệp thiện hay ác nào con tạo chắc chắn sẽ đem đến quả báo sướng hay khổ". Theo luật Nhân quả, nhân chúng ta đã gieo thì chắc chắn quả sẽ phải gặt. Ác nghiệp ắt dẫn tới khổ đau, thiện nghiệp ắt dẫn tới hạnh phúc - nhân quả không bao giờ sai khác. Là một người tu Phật chúng ta rất cần phải có hiểu biết sâu sắc về luật nhân quả. Nhưng hiểu không thôi chưa đủ, phải áp dụng vào cuộc sống hàng ngày. Phải luôn luôn quán chiếu để thấy được vận hành của nhân quả trong cuộc sống bình thường. Để luôn nhớ muốn có hạnh phúc thì phải gieo quả lành, muốn khỏi đau khổ thì phải tránh xa điều ác. Hiểu biết sâu sắc luật Nhân quả là nền tảng căn bản để hiểu những giáo lý khác.

> *"... quả báo tới do động cơ, do tâm của ta quyết định chứ không phải do hành động bên ngoài."*

Khi quán chiếu ta phải biết cách vận hành của luật Nhân quả nếu không vẫn có thể tu sai và lạc vào đường tà. Một trong những điều mà quan trọng cần phải biết là quả báo tới do động cơ, do tâm của ta quyết định chứ không phải do hành động bên ngoài. Vậy cho nên khi ta làm một việc gì đó với động cơ trong sáng, đúng đắn thì chắc chắn nó sẽ mang đến quả tốt lành. Còn nếu làm việc gì đó, bề ngoài có vẻ tốt đẹp, nhưng động cơ của ta lại không trong sáng, không đúng đắn, tâm của ta không tốt lành thì chắc chắn quả báo sẽ không tốt đẹp.

Vì vậy, quả báo xấu hay tốt không phải căn cứ vào hình thức công việc bên ngoài, không phải căn cứ vào lời nói bên ngoài mà căn cứ vào tâm, vào động cơ của người làm việc đó. Đây chính là điều cốt lõi mà chúng ta phải biết. Chúng ta cần phải học để phân biệt được đâu là cái bên trong, cái chính yếu, cái chân thật, còn đâu là cái vẻ bên ngoài, cái không chân thật. Nếu không thì chúng ta cũng sẽ không có được sự hiểu biết đúng đắn, sâu sắc và chính cách tu sai sẽ tạo nghiệp báo nặng nề.

Vậy khi làm bất cứ một việc gì, phải quán chiếu nghiệp và nhân quả cho kỹ lưỡng. Dù ta đang hành trì công phu, đang làm Phật sự, hay làm các công việc bình thường trong xã hội, thì điều quan trọng là phải nhận biết được động cơ. Vì động cơ quyết định cái quả sẽ trổ. Động cơ để có được hạnh phúc, để có được quả lành là cái tâm hướng thiện, tốt lành. Khi đó, dù ta có làm bất cứ việc gì thì quả trổ bao giờ cũng là quả lành.

Nếu lễ lạy, trì chú mà tâm của ta là tâm sân hận, ganh ghen, ích kỷ thì quả ta gặt không bao giờ là quả lành. Nếu ta công phu hành trì, làm Phật sự mà tâm không trong sáng, chỉ lo tính toán cho lợi riêng mình - tu thế cũng không đạt được kết quả gì cả. Ngược lại, nếu có vẻ như ta không làm gì nhưng tâm ta tốt lành, luôn hướng thiện, trái tim ấm áp luôn tỏa ra tình thương yêu thì bề ngoài có vẻ như ta không làm gì cả nhưng thực ra ta đang làm được rất nhiều. Có được tình thương yêu và tâm vị tha - đó chính là nhân của mọi hạnh phúc trên đời.

Chúng ta ít khi chịu suy nghĩ thật sâu sắc để hiểu rằng tâm sân hận tai hại ghê gớm tới mức như thế nào. Bởi không nhìn thấy được nên ta rất dễ coi thường những điều vô cùng hệ trọng. Ta cũng cứ để cho tâm mình nổi sân nổi giận tam bành mà không lường hết những hậu quả khủng khiếp mà nó có thể đem đến. Cần phải nhớ rằng những cơn sân hận, kể cả những nóng giận không có ác ý (không cố tình làm ác), thì cơn nóng giận như vậy vẫn có thể gây ra những tai hại không thể tưởng tượng nổi. Phải biết sân hận có một sức mạnh hủy hoại ghê gớm tới mức nào. Ngài Shantideva trong cuốn "Nhập bồ tát hạnh" nói: "Một thoáng sân hận (tức là cơn giận chỉ trong một thoáng thôi) cũng đủ thiêu hủy cả rừng công đức mà chúng ta tích tụ qua hàng nghìn kiếp." Vì vậy cần phải hết sức tỉnh giác, hết sức cẩn thận ngay khi thấy tâm mình bắt đầu có một thoáng niệm sân nổi lên.

Dòng cuối cùng: " Nguyện Đức Bổn Sư hộ trì cho con được đắc đạo giải thoát". Đọc dòng này ta hướng tâm tới Đức Bổn Sư, xin Ngài ban gia trì gia hộ cho mình đạt tới giác ngộ giải thoát qua việc quán chiếu bốn niệm chuyển tâm.

Nền tảng của bốn niệm chuyển tâm là Tứ Diệu Đế. Toàn bộ giáo lý Phật đà, phần Hiển giáo, tổng nhiếp trong bốn niệm chuyển tâm này. Đây chính là nền tảng để chuẩn bị bước qua giai đoạn Nội ngondro. Muốn tu Nội ngondro thì trước hết phải làm tốt phần Ngoại ngondro, vì lúc đó tâm ta mới thật sự sẵn sàng. Do đây là phiên bản ngắn, nên phần Ngoại ngondro cũng rất ngắn.

Ngondro Longchen Nyingthik là một trong rất nhiều nghi quỹ ngondro của Kim cang thừa Tây Tạng. Các truyền thống khác của Kim cang thừa cũng đều có ngondro. Đó là nền tảng căn bản quan trọng để bước vào các pháp tu cao hơn. Các dòng phái khác như Kagyupa, Gelugpa cũng có những nghi quỹ ngondro riêng của mình. Ngay trong dòng phái Nyingmapa các dòng truyền thừa khác nhau như Dzogchen, Kathok, Palyu … cũng có những nghi quỹ ngondro riêng.

VỀ CHỮ "TU"

*"Tu, nhưng phải tu một cách
chân thật,
hết lòng."*

❦

Không quan trọng ngondro do vị thầy nào truyền, dòng truyền thừa của mình là dòng nào. Quan trọng là phải tu để chuyển được tâm, phát được tâm xả ly, chán bỏ luân hồi, hướng tâm về chánh pháp.

Theo dòng truyền thừa NÀO không quan trọng mà quan trọng là theo MỘT dòng truyền thừa.

Quan trọng là tu chứ không phải là nói về việc tu.

Người nào theo nhiều dòng truyền thừa thì rốt cuộc là người không theo dòng truyền thừa nào hết.

Thọ nhận giáo lý là một điều tốt, nhưng nếu nhận quá nhiều giáo lý thì điều đó chẳng khác gì việc kiếm tiền.

Nếu chúng ta chỉ chuyên chạy đi học [đủ thứ] giáo lý, thì rốt cuộc mình cũng không biết mình đang đi về đâu, sẽ phải làm gì với những thứ giáo lý đó.

Vì vậy thầy muốn khuyên các bạn, chúng ta chỉ nên để tâm mình tập trung vào một việc thôi. Đơn sơ và giản dị - chúng ta sẽ tu được. Điều quan trọng là phải chân thành. *Tu, nhưng phải tu một cách chân thật, hết lòng.* Nếu dồn tất cả mọi nỗ lực, đam mê cho việc thực hành pháp thì ta sẽ tiến bộ trên con đường tu. Nhưng thông thường thì ta hay tự nhủ: "Tu cũng tốt mà không tu cũng chả sao." Và thế cho nên khi không có việc gì để làm nữa thì ta tu. Tu như vậy thì sẽ không đi tới đâu cả, không mang lại kết quả gì cả. Chúng ta nên nuôi dưỡng tấm lòng trân quý, say mê đối với Chánh pháp. Phải quý trọng Pháp. Phải dồn thời gian, sức lực và tình cảm của mình cho Pháp và bớt đi những mối bận tâm thế gian.

Có một điều thường thấy trong cuộc sống: chúng ta luôn bận rộn với đủ thứ việc. Với chúng ta việc gì cũng quan trọng cả, cho nên việc tu tập là việc cuối cùng. Hiểu như vậy thật nguy hiểm. Nếu chúng ta coi việc tu tập là ít quan trọng nhất thì tức là việc giải thoát ít quan trọng nhất. Mà tu là để đạt tới hạnh phúc chân thực. Chúng ta muốn hạnh phúc chân thực nhưng lại coi chuyện tu là việc cuối cùng thì tóm lại chúng ta muốn hạnh phúc nhưng lại tìm tới khổ đau. Nếu nói tu là chuyện cuối cùng thì rốt cuộc hạnh phúc cũng là chuyện cuối cùng chăng?

PHẦN KẾT

*"Khi giúp quý vị tu
thì thầy cũng tu luôn."*

Thầy thật sự đánh giá cao tâm nguyện của các quý vị, tâm chí thành cầu pháp và động cơ cầu pháp trong sáng. Thầy cũng hiểu mọi người ở đây đã trải qua rất nhiều khó khăn, nhiều chướng duyên để có thể tổ chức được chuyến đi này của thầy. Nhưng điều tốt đẹp nhất là bây giờ chúng ta có thể gặp nhau được ở đây, có thể thọ được pháp và làm được lễ như thế này. Đó là một kết quả rất tốt đẹp. Tất cả những điều đã xảy ra có cái tốt và có cái không tốt. Nhưng là người tu Phật chúng ta phải biết chấp nhận. Bản thân thầy ngay trong chuyến hoằng pháp này cũng gặp không ít khó khăn. Nhưng thầy biết rằng những chướng duyên đó rồi chúng ta cũng sẽ qua. Thầy hứa sẽ giúp quý vị tu ngondro, cho dù như vậy thì thầy sẽ phải làm việc vất vả hơn đấy (*cười*).

Thầy cũng muốn mọi người hiểu rằng thật sự thầy cũng không phải là một người đặc biệt. Thầy chỉ là một hành giả rất bình thường thôi. Nếu có một cái gì đó khiến thầy trở nên đặc biệt hơn một chút thì đó chính là Pháp. Thầy có được may mắn hơn chúng ta ở đây là được sinh ra trong một môi trường Pháp thật tuyệt vời, phải tu tập ngay từ khi còn nhỏ. Vậy chỉ đơn giản là thầy may mắn hơn chúng ta mà thôi. Thực ra những kinh nghiệm về tu tập thầy cũng còn rất ít ỏi. Nhưng có một điều thầy có thể nói chắc với quý vị đó là thầy có tấm lòng chân thật. Với tấm lòng chân thật, tấm lòng tốt đó thầy hy vọng sẽ giúp chúng ta được. Khi giúp quý vị tu thì thầy cũng tu luôn. Thầy cố gắng để chuyển hóa tâm mình để ngày càng từ bi hơn đặng có thể giúp quý vị được nhiều hơn.

Thầy cũng có một may mắn: dòng truyền thừa Longchen Nyingthik là một dòng truyền thừa thanh tịnh, trẻ, mới nên nó có sức mạnh, năng lực gia trì gia hộ rất lớn. Tuy nhiên, là hành giả của dòng truyền thừa đó, ta có nhận được năng lực gia trì gia hộ hay không hoàn toàn phụ thuộc vào chính ta chứ chứ không phải vào dòng truyền thừa. Nếu ta tu tốt, tu chân thật thì chắc chắn sẽ nhận được nhiều năng lực gia trì, còn nếu không tu tốt thì tất cả mọi cố gắng nào đó cũng đều là vô ích mà thôi. Và ta rốt cuộc không nhận được gì cả.

(Giảng ngày 13.10.2011)

NGOẠI NGONDRO

"Có tâm xả ly thì mới có được tín tâm kiên cố và lòng khao khát không biết mệt mỏi đối với chánh pháp."

Nghi quỹ này tên là "Dzogpa Chenpo Longchen Nyingthik Ngondro". Đầu tiên thầy sẽ giảng về chữ "Dzogchen" là chữ viết tắt của "Dzogpa chenpo". "Dzogchen" là tri kiến mà chúng ta phải tu tập để đạt tới trong truyền thống Cổ mật. Theo truyền thống Nyingmapa đây là tri kiến rất cao, là trí huệ viên mãn.

Chữ "Longchen" có nghĩa là "chân như". "Longchen Rabjam" là tên của vị Tổ đã trình bày tri kiến thanh tịnh của Dzogpa Chenpo dựa trên tu chứng của Ngài. Tên của pháp tu lấy theo tên của Ngài (Longchenpa) có nghĩa là: Chân như của Dzogpa Chenpo. Longchenpa là một đại học giả Phật giáo rất nổi tiếng và Ngài cũng nổi tiếng bởi trí tuệ siêu phàm. Ngài đã thông đạt được tất cả các giáo lý vĩ đại mà Đức Phật để lại. Tuy nhiên, tinh túy, tinh yếu của toàn bộ tri kiến của Ngài được Ngài gọi là "Dzogchen". Và "Nyingthik" có nghĩa là tâm yếu/tinh yếu/giọt tinh, là tâm yếu của Longchenpa, của chân như.

Mặc dầu là một đại học giả Phật giáo nhưng Ngài Longchenpa đồng thời cũng là một người tu rất nghiêm túc. Ngài cũng giống như Milarepa. Không có gì cả - Ngài là một kẻ hành khất. Nhưng mọi người gọi Ngài là Đạo sư, là yogi. Ngài chỉ là một kẻ lang thang ngủ trong một cái túi, một cái túi ngủ (sleeping bag). Không phải là cái túi ngủ thời thượng đắt cả ngàn đô la của các quý vị đâu. Ngoài cái túi ngủ ra Ngài không có gì cả. Ngài sống trong một cái hang. Ngài chỉ thọ khoảng 50 tuổi và khoảng 30 năm Ngài dành trọn cho việc ẩn tu.

Ngày hôm qua chúng ta học phần Ngoại ngondro, trong đó có trình bày bốn niệm chuyển tâm: "Thân người quý báu khó gặp", bản chất vô thường của sinh tồn, bản chất của luân hồi là đau khổ, luật nhân quả.

Vì sao lại gọi là "Bốn niệm chuyển tâm"? Bởi vì nếu chúng ta sử dụng chúng để quán chiếu thường xuyên hàng ngày như là một pháp tu thì chắc chắn chúng ta sẽ chuyển hóa được tâm của mình. Ta sẽ đổi cách nghĩ và cách sống. Tại sao ta lại phải đổi cách nghĩ, phải chuyển hóa tâm? Đó là bởi vì tâm ô nhiễm của chúng ta sẽ liên tục lôi kéo ta mãi lún sâu trong luân hồi. Vì vậy ta phải đổi hướng tâm. Ta dùng bốn niệm chuyển tâm làm pháp đối trị để phát tâm chán bỏ luân hồi. Hiểu được tình cảnh của chúng sinh ta sẽ phát nguyện tu tập để đi theo con đường của chánh pháp.

Bốn niệm chuyển tâm này dùng làm đối tượng quán chiếu giúp ta phát được tâm xả ly. Vì vậy bốn niệm chuyển tâm này rất quan trọng, rất cần thiết. Ta phải dùng những pháp đó để quán chiếu, tu tập thường xuyên nếu bạn muốn trở thành một người tu chân thật.

Tại sao chúng ta cần phải có "tâm xả ly"? Tâm xả ly là cái mà người tu không thể không có. Tâm xả ly khiến cho tâm của người tu trở nên mạnh mẽ, kiên định. Có tâm xả ly thì mới có được tín tâm kiên cố và lòng khao khát không biết mệt mỏi đối với chánh pháp. Thông thường chúng ta chỉ siêng năng tu tập được một hai bữa rồi thì phân tâm và quên lãng. Ta lại bắt đầu dễ duôi, biếng nhác. Tâm ta cứ lúc nào cũng trồi lên trụt xuống như vậy. Tại sao? Tại vì ta không hiểu biết giáo lý thật sự thâm sâu, vững chắc, ta không hiểu thấu bản chất luân hồi, bản chất cuộc đời này. Vì vậy mà tâm không kiên định.

Tâm xả ly có tác dụng gì đối với chúng ta? Mình có thể đặt câu hỏi: Ai là người có tâm xả ly? Đức Milarepa là một người có tâm xả ly tuyệt đối. Ngài đã phát nguyện và từ đó không bao giờ thay đổi con đường mình đã chọn, đã dâng trọn cuộc đời của mình cho Pháp. Cuộc đời Ngài có vô vàn những khổ cực cả về thể chất lẫn tinh thần, nhưng Ngài không bao giờ lùi bước. Ngài vượt qua mọi những chướng duyên và luôn tiến lên phía trước mà nhờ đó mà đạt thành tựu rất cao. Chúng ta làm cho được điều mà đức Milarepa đã làm. Phải thực hành pháp với tâm dũng mãnh như Ngài đã thực hành. Phải cương quyết vượt lên mọi khó khăn thử thách như Ngài đã vượt. Phải làm như được vậy

Nghi quỹ ngondro mà chúng ta đang có trong tay là bản ngắn. Nghi quỹ gốc của nó dài hơn nhiều chứa đựng đầy đủ nghi quỹ Longchen Nyingthik nguyên thủy. Chúng sinh trong thời hiện đại vô cùng bận rộn kiếm sống không có nhiều thời gian tu tập, nên bản ngắn sẽ phù hợp hơn. Để tiện cho mọi người thầy đã cắt bỏ một số phần và thu gọn lại cuốn nghi quỹ. Phần Ngoại ngondro trong nghi quỹ dài rất đầy đủ. Trong đó có rất nhiều lời tụng nguyện rất sâu sắc và hay mà trong bản ngắn hầu như đã cắt bỏ. Ví dụ như phần quán chiếu đau khổ của luân hồi, thì có trình bày rất cụ thể nỗi đau khổ của chúng sinh ở các cõi khác như thế nào. Khi chúng ta đã tìm hiểu được rất chi tiết và tỉ mỉ nỗi đau khổ của chúng sinh ở mỗi cõi là như thế nào, thì những cái đó sẽ có tác dụng chuyển hóa tâm rất mãnh liệt. Vì vậy chúng ta nên thực hành quán chiếu về đau khổ của luân hồi để hiểu đầy đủ hơn, chứ không chỉ dừng lại ở nghi quỹ ngắn này. Ngoài ra chúng ta cũng cần tìm hiểu thêm giáo lý để quán chiếu những niệm chuyển tâm khác, để có hiểu biết sâu sắc và đầy đủ hơn về cuộc sống. Chỉ khi đó ta mới biết trân quý thân người này, mới hiểu thật sâu sắc thế nào có nghĩa là được làm người.

QUY Y, PHÁT TÂM BỒ ĐỀ

*"Lời nguyện quy y này chỉ có bốn hàng thôi,
nhưng hàm chứa nhiều ý nghĩa thậm thâm vi diệu."*

❂

Bây giờ chúng ta qua phần nội ngondro. Phần đầu tiên là "Quy y". Dòng thứ nhất: "Kön chok som ngö de shek tsa wa sum". Chúng ta quy y nơi Tam Bảo và Tam căn Thiện thệ. "Kön chok sum ngö" có nghĩa là "Tam Bảo." Còn "tsa wa sum" có nghĩa là Tam căn Thiện thệ: Guru, Yidam, Dakini.

Dòng thứ hai "Tsa lung tig lay rang shin jang chub sem". Ở đây "tsa lung tig lay" có nghĩa là "mạch, khí, tinh". Bản chất của mạch, khí, tinh chính là tâm bồ đề (jang chub, boddhi). Theo quan điểm của các Đạo sư dòng phái Cổ Mật thì Phật giáo có chín thừa. Trong chín thừa này thì ba thừa cuối cùng là cao nhất: Mahayoga (Đại du già), Anuyoga (A nậu du già) và Atiyoga (Dzogchen Đại Viên Mãn).

Ở dòng đầu tiên chúng ta tụng lời quy y Tam Bảo và

Tam căn Thiện thệ. Cấp đầu tiên, tức là cấp quy y Tam Bảo và Tam căn Thiện thệ, là thuộc về cấp độ của Mahayoga, nếu ta tính theo quan điểm cửu thừa của Nyingmapa thì Mahayoga là thừa thứ bảy. Vậy quy y ở dòng đầu tiên thuộc về Mahayoga (Đại du già).

Dòng thứ hai: "Tsa lung tig lay rang shin jang chub sem" ("Nơi tâm bồ đề tánh của mạch, khí, tinh"). Thường trong pháp tu A nậu du già các khái niệm "mạch, khí, tinh" (tiếng Tây Tạng là "tsa lung tig lay") là khái niệm căn bản mà người tu phải biết. Ở cấp này chúng ta quy y tâm bồ đề chính là quy y bản chất của mạch, khí, tinh. Vậy tụng và quán chiếu những lời này là một cách để quy y ở cấp độ A nậu yoga.

Dòng thứ ba: "ngo wo rang shin thuk jay kyil khor la" ("nơi đàn tràng của thể tánh bi"). Theo quan điểm của Dzogchen thể, tánh, bi chính là ba khía cạnh của trí huệ Phật, ba khía cạnh của Như Lai Tạng, của Rigpa ("chân tâm", "trí huệ bản nguyên thanh tịnh"). Vậy đây là quy y ở cấp độ cao nhất: quy y Rigpa, quy y chân tâm bản tánh.

Hàng cuối cùng: "Jang chub nying poy bar du kyab su chi." Nói về thời gian: thời gian quy y của chúng ta là cho tới khi ta thành bậc Chánh đẳng Chánh giác, đạt tới vô thượng bồ đề. Lời nguyện quy y này chỉ có bốn hàng thôi, nhưng hàm chứa nhiều ý nghĩa thậm thâm vi diệu. Chúng ta phải hiểu thấu đáo ý nghĩa của nó: ta quy y chân tâm, quy y bản tánh bổn nguyên thanh tịnh của ta. Và quy y tới đạt cứu cánh tối hậu.

Trước khi tụng lời nguyện quy y này hành giả phải thực hành pháp quán tưởng. Ta quán tưởng Cây Quy Y dựa vào bức ảnh quý vị đang có trong tay. Ở trung tâm của bức ảnh có hình ảnh của Đức Liên Hoa Sanh vây quanh bởi các vị Đakini trí tuệ. Về bản chất Đức Liên Hoa Sanh chính là Bổn sư của ta. Như vậy ta quán tưởng Guru trong hình tướng Đức Guru Rinpoche. Rất khó để có thể quán tưởng thật chi tiết tất cả chư Đạo sư của dòng truyền thừa, chư Phật, chư Bồ tát, chư Yidam v.v. Tuy nhiên phải có gắng nỗ lực và phải quán tưởng với lòng tin tưởng. Ngay khi chưa thấy được chi tiết vẫn phải phát khởi niềm tin trước mắt chúng ta là chư Phật, chư Bồ Tát, chư Bổn Tôn, chư Dakini, chư Hộ Pháp tràn ngập cả không gian. Các ngài đang hộ trì cho chúng ta, các ngài là bậc quy y tối hậu của chúng ta.

Bước tiếp theo ta quán tưởng vô lượng chúng sinh trong cõi Ta Bà này trong hình tướng của con người, đang tràn ngập không gian. Phía bên phải là cha đẻ đời này, phía bên trái ta là mẹ đẻ đời này, tất cả chúng sinh tràn ngập không gian xung quanh đều cùng ta lễ lạy và tụng lời nguyện quy y. Đó là cách rất tốt để nghĩ về hữu tình chúng sinh. Trước mặt ta là kẻ thù hay những người mình không ưa, hoặc là những người gây chướng ngại, chướng duyên cho mình trong cuộc sống. Thì tất cả chúng sinh như vậy ở trước mặt, bao quanh ta bên phải bên trái và cùng ta lễ lạy quy y.

Việc lễ lạy quy y như vậy không phải dễ với chúng ta. Nhưng quý vị phải nỗ lực thực hiện việc này một cách tinh cần. Phải cố gắng thực hiện pháp thiền quán tưởng thật chất lượng. Phải cố gắng thu xếp thời gian để công phu hành trì nếu không thì sẽ rất khó đạt được chút tiến bộ nào. Ta phải phát triển đức tính kiên trì, rèn luyện hạnh kham nhẫn, hạnh tinh tấn. Phải cố gắng duy trì và phát triển tâm hứng thú, thiết tha với việc công phu hành trì. Có như vậy thì dần dần chúng ta sẽ đạt được những tiến bộ ban đầu.

Sau khi kết thúc phần lễ lạy quy y ta chuyển sang phần phát tâm bồ đề. Trong phần này chúng ta lại lặp lại quán tưởng giống như phần trước. Tức là quán tưởng Cây Quy Y trước mặt, có tất cả các chi tiết như đã mô tả, chúng sinh cũng tràn ngập khắp không gian. Sau đó chúng ta bắt đầu tụng lời nguyện phát tâm bồ đề.

Chúng ta phát nguyện quy y vì hết thảy hữu tình chúng sinh. Tại sao ta phải phát tâm bồ đề vì hết thảy hữu tình? Bởi vì hết thảy hữu tình phải chịu vô vàn đau khổ giống; và cũng như chúng ta họ mong muốn được hạnh phúc. Ta và họ đồng nhất trong ý nghĩa của đau khổ và hạnh phúc, vì vậy ta muốn giúp họ thoát khổ và ban vui, ban an bình, hạnh phúc cho họ. Tại sao ta và họ lại lang thang trong lục đạo luân hồi như vậy?

Dòng thứ nhất " Hô! Bởi mê lầm …" nói về nguyên nhân của đau khổ là vô minh. Chính bởi vô minh nên ta sinh tâm chấp trước. Ta dính mắc vào hình tướng của vạn pháp và cho rằng những gì mình thấy là có thật, là thực sự hiện hữu. Chúng ta không biết thật tánh của những hình tướng hóa hiện trước mắt ta. Và vì không biết nên ta cho rằng chúng, tất cả những gì ta nhận biết qua lục căn. Ta nhận lầm hình tướng là bản chất. Đây thật ra là một trò lừa của tâm, tâm si. Hình tướng luôn lừa chúng ta và chúng ta chạy theo chúng, coi chúng là có thật. Và chính những điều đó khiến ta phát sinh phiền não. Chính vô minh đã khiến ta phải đọa trong luân hồi.

Vì vô minh mà ta đã rời bỏ ngôi nhà của mình, rời bỏ bà mẹ chân tâm, bản tánh của ta. Một khi đã rời bỏ bà mẹ chân thật của mình thì ta lạc vào sáu nẻo của luân hồi và sống trong mộng huyễn triền miên không có lối ra. Bây giờ con đường duy nhất để tự cứu và cứu kẻ khác là nhận ra được chân tâm, thật tánh của ta, của chúng sanh và vũ trụ. Vì vậy ta phát tâm bồ đề với ước muốn giúp cho hữu tình chúng sinh nhận ra được chân tâm và quay về bờ giác. Để họ thoát khổ và đạt được hạnh phúc vĩnh cửu. "Để an trụ tất cả chúng sinh trong thanh tịnh quan của giác tánh tự tri." Thật tánh của vạn pháp, hay chân tâm bản tánh của chúng ta, chính là Phật tánh.

Làm thế nào để có thể phát được tâm bồ đề. Con đường để phát tâm bồ đề là tu tứ vô lượng tâm: từ, bi, hỉ, xả. Ta phải có vô lượng tâm từ, vô lượng tâm bi, vô lượng tâm xả.

"Vô lượng" có nghĩa là "vô tận", "vô biên", không có bờ mé. Tại sao tâm từ, tâm bi lại phải bao la không ngăn mé như vậy? Bởi vì chúng sinh trong cõi ta bà này là vô lượng, vô lượng chúng sinh và vô lượng đau khổ. Vì vậy cần phải có một tâm bồ đề thật dũng mãnh, rộng mở để có thể chứa được tình thương cho hết thảy hữu tình. Còn với tâm như tâm của chúng sinh, rất hẹp hòi, ích kỷ, rất bé nhỏ thì không thể có được tâm bồ đề chân thật. Vì vậy để có thể nuôi dưỡng được tâm bồ đề chân thực người tu phải tạo duyên lớn, gieo nhân lớn. Cái nhân đó phải dựa trên mảnh đất vững chắc của tứ vô lượng tâm. Vậy tứ vô lượng tâm có sức mạnh lớn và có ý nghĩa rất thực tế.

Chúng ta cũng phải hiểu kỹ chữ "Từ", "Bi". Bởi chữ "từ", "bi" mà chúng ta thường dùng [cho người tu] khác xa so với nghĩa của chữ "Từ", "Bi" của chư Phật, chư Bồ tát. Tâm Từ, tâm Bi của chư Phật, chư Bồ tát là Từ Bi với nghĩa tuyệt đối chân thực, rộng lớn vô biên không ngăn mé bao trùm hết thảy hữu tình, bao trọn khắp pháp giới và dũng mãnh, kiên cố, bất hoại như kim cương. Đó là Đại từ, Đại bi. Chúng sinh trong cõi ta bà này ai ít nhiều cũng có tình thương. Tuy nhiên tình thương yêu của chúng ta cũng có rất nhiều cung bậc khác nhau, tầng mức khác nhau. Tình thương của chúng ta vì nó chưa trí huệ, chưa phải là từ bi đích thực nên đôi lúc nó lại mang đến đau khổ nhiều hơn là hạnh phúc.

Thầy thấy trên thế giới, ở Trung Quốc, ở Việt Nam người ta rất thích ăn thịt, thích ăn cá. Và ăn rất nhiều. Thế thì thử hỏi chúng ta có tình thương đối với hữu tình chúng sinh không? Chắc là không quá. Chúng ta là người tu thì tốt nhất là nên ăn chay. Nếu chúng ta trân quý cuộc sống của mình thì chúng ta cũng trân quý cuộc sống của các chúng hữu tình khác. Khi ta biết trân quý cuộc sống quý báu của các loài thì sẽ thấy rằng nếu ta ăn thịt, ăn cá như vậy thì sẽ khiến nhiều loài bị giết hại. Trên thế giới ngày nay hàng ngày có thể nói có rất nhiều hàng ngàn, hàng vạn chúng sinh bị giết chết để làm thực phẩm. Nên nếu thực sự chúng ta muốn phát triển tâm bồ đề thì việc ăn chay là điều rất quan trọng. Đó là cơ sở để trưởng dưỡng tâm từ bi. Và đó cũng là một hành động phóng sinh rất cụ thể và thiết thực.

Hiện giờ ở Việt Nam, Trung Quốc vẫn có một truyền thống rất tốt đẹp đó là truyền thống ăn chay của những người tu Phật. Đây là một truyền thống quý báu vì vậy chúng ta nên gìn giữ và phát huy nó. Ở Tây Tạng do điều kiện khí hậu, do thời xưa cuộc sống tách biệt với thế giới bên ngoài, lại ở một nơi rất cao so với vùng bình nguyên nên ngày xưa người dân chỉ có thịt bò, thịt cừu làm thực phẩm. Trong quá khứ vì vậy các vị tăng ni, và ngay cả các bậc thầy cũng vậy, không có một lựa chọn nào khác hơn là phải ăn thịt. Hồi đó có khoảng 99% các tu sĩ ở Tây Tạng ăn mặn. Nhưng bây giờ tình hình thay đổi rất nhiều. Các bậc thầy Tây Tạng đánh giá rất cao truyền thống ăn chay của đạo Phật ở Trung Quốc và Việt Nam. Chúng tôi cố gắng giáo dục nhất là trong cộng đồng những người tu về việc ăn chay. Bản thân thầy và các vị lạt ma khác đều rất nỗ lực làm công việc này. Trong tu viện chúng tôi hiện nay có khoảng 60%, 70 % tăng ni ăn chay. Đây là một thay đổi rất lớn.

Đáng tiếc là có một số vị thầy, thậm chí những vị có cương vị cao, không quan tâm tới việc ăn chay. Có vị còn thuyết phục mọi người ăn mặn. Chúng tôi đã cố gắng gửi những thông điệp từ bi tới các quý vị ấy để họ hiểu giá trị của việc ăn chay. Ở Nepal và Ấn Độ tình hình cũng có nhiều thay đổi [theo hướng này]. So với Nepal và Ấn Độ thì ở Tây Tạng các vị thầy có cách hiểu sâu sắc hơn về giá trị của việc ăn chay. Đó là theo cách nhìn của thầy. Còn các quý vị ở đây, vì quý vị đôi lúc cũng ăn chay nên thầy thấy quý vị cũng có chút tâm từ bi đấy. Tất nhiên, nếu chúng ta có những lý do về sức khỏe thì đó lại là chuyện khác. Nhưng nếu ăn thịt để thưởng thức, vì khoái khẩu thì đó là điều rất tệ hại.

THIỀN TỤNG KIM CANG TÁT ĐỎA

*« Chúng ta không bao giờ sám hối, trì chú, quán tưởng ...
chỉ cho riêng cá nhân mình
mà làm cùng hết thảy chúng hữu tình. »*

Ngoại ngondro, bốn niệm chuyển tâm, là nền tảng tốt nhất cho tất cả mọi pháp tu của Phật giáo.

Trong phần nội ngondro thì Quy y và Phát tâm bồ đề là phần mở đầu quan trọng cho bất cứ pháp tu nào. Hai phần này là tiêu biểu chung cho các pháp tu trong truyền thống Đại thừa.

Hôm qua thầy đã nói người tu phải luôn ghi nhớ trong tâm hai mục đích : thứ nhất là tịnh hóa nghiệp chướng, thứ hai là tích lũy công đức. Bây giờ chúng ta qua pháp thiền tụng Kim cương tát đỏa. Mục đích chính

của pháp này là tịnh hóa nghiệp chướng. Tịnh hóa tất cả ác nghiệp đã tạo từ thời vô thỉ đến nay.

Pháp tu Kim cang Tát đỏa là một pháp tu mãnh liệt để tịnh hóa tất cả các nghiệp chướng đã tích lũy. Chúng ta thấy rằng pháp tu Ngoại ngondro, Nội ngondro và Kim cang Tát đỏa là chung chung cho tất cả các các dòng phái của Kim cương thừa. Trì tụng Bách tự minh chú là pháp tu phổ biến khắp nơi trong truyền thống của Kim cang thừa. Để quán tưởng đức Kim cang Tát đỏa đầu tiên ta phải làm quen với hình ảnh của Ngài qua những bức tranh, bức thangka. Phải ghi nhớ các chi tiết như các món trang sức quý báu bằng lụa và châu báu, pháp khí ngài cầm ở tay, vẻ mặt v.v. Như vậy, dần dần chúng ta sẽ ghi nhớ được hình ảnh của ngài trong tâm. Sau đó, khi quán tưởng thì ta dùng trí tưởng tượng để tái hiện lại bức tranh trong tâm. Dần dần, khi ta làm như vậy một cách kiên trì, liên tục với thành tâm thì hình ảnh của ngài sẽ ngày càng hiện rõ trong tâm ta.

Phần trì tụng bắt đầu bằng chữ 'AH'. Chủng tự này là tượng trưng cho tánh không. Pháp quán tưởng này đặt cơ sở trên chân tánh của tâm. Đức Bổn tôn từ tánh không mà hiển tướng, từ trong tánh mà thị hiện. Do đó mà ta tụng 'Ah' để bắt đầu cho phần thiền quán Kim cang Tát đỏa và hướng tâm về chân tánh của vạn pháp, đó là tánh không.

Tiếp theo: 'Trong thân phàm trên đầu hành giả.' Có nghĩa là thân tướng của ta là thân tướng phàm, về mặt hình tướng không có gì thay đổi hết. Còn bên trong tâm thì chúng ta phải đổi, đó cũng chính là mục đích của pháp tu thiền tụng Kim cang Tát đỏa. Chúng ta nhận những phẩm tánh giác ngộ của đức Kim cang Tát đỏa, nhận vào tâm của mình để chuyển hóa tâm, để được thanh tịnh như Ngài, gắn kết với Ngài như nhất về tâm.

Như ở câu tiếp theo : « Giữa sen trắng và trên vành trăng/HUNG biến thành Kim cang Tát đỏa ». Ta quán tưởng ở trên đỉnh đầu mình có một tòa sen màu trắng, ở trung tâm tòa sen đó có một đĩa mặt trăng. Trên đĩa mặt trăng có chủng tự HUNG cũng màu trắng. Hôm qua thầy đã nhắc rằng có một số chủng tự rất quan trọng (tiếng Tây Tạng) cần phải thuộc, phải ghi nhớ để có thể dùng trong pháp quán tưởng của mình. Ví dụ như OM, AH, HUNG.

Khi chúng ta làm quen với chủng tự Hung rồi thì việc quán tưởng cũng sẽ dễ dàng hơn. « HUNG biến thành Kim cang Tát đỏa » - quán tưởng chủng tự HUNG trên đĩa mặt trăng biến thành đức Kim cang Tát đỏa.

Vajarasatva có hai hình tướng : hình tướng đơn và hình tướng đôi. Trong pháp tu này ta quán tưởng hình ảnh Kim cang Tát đỏa đôi. Vajrasatva xuất hiện trong hình tướng báo thân Phật, màu trắng. Giống như núi tuyết hay pha lê. Sáng, trắng và hoàn toàn thuần khiết. Tay phải Ngài cầm chày và tay trái Ngài cầm chuông. Ngài ôm phối thân nữ. Hình ảnh Vajrasatva là đối tượng của pháp quán tưởng, là trung tâm của pháp thiền tụng này.

Trong khi quán tưởng như vậy ta phát lồ sám hối trước

Ngài: « Xin hộ trì tẩy nghiệp cho con ... con không tái phạm.» Với tâm hối hận mãnh liệt và quyết tâm tịnh hóa tất cả những nghiệp chướng mà mình đã gây ra từ thời vô thỉ.

Cũng như trong phần Quy y, khi quán tưởng như vậy ta hướng tâm tới Ngài và nghĩ: « Con quy y Ngài, con nương tựa hoàn toàn nơi Ngài. Ngài chính là bậc hộ chủ che chở cho con. Trước Ngài con xin sám hối tận nơi sâu thẳm của lòng con.» Hãy nghĩ như vậy với tình cảm thật sự mãnh liệt, sâu sắc và tuyệt đối chân thành. Để phát tâm chân thành sám hối chúng ta phải có hiểu biết sâu sắc về nghiệp và nhân quả. Phải thường xuyên quán chiếu về vô vàn hậu quả chúng sinh phải chịu do ác nghiệp tạo ra. Chỉ khi có lòng tin mãnh liệt, kiên định vào luật nhân quả thì ta mới phát được tâm chân thành sám hối.

Có sức mạnh của tâm chí thành, của tâm ân hận chân thật thì việc trì chú mới có tác dụng tịnh hóa mãnh liệt. Như vậy pháp thiền quán phải được dựa trên tâm chí thành sám hối. Đó là lý do tại sao pháp tu lại phải bắt đầu với phần phát lồ sám hối. Điều quan trọng nữa phải nhớ là ta phải phát lời thệ nguyện trước Ngài. Ta hứa từ nay về sau sẽ không tái phạm lại những lỗi lầm như vậy. Đó là lời thệ nguyện mà ta cần phải hết sức giữ gìn.

Khi trì chú đồng thời phải liên tục quán tưởng. Ta quán tưởng ở nơi tim của đức Kim cang Tát đỏa có một đĩa mặt trăng nhỏ xíu. Trên đĩa mặt trăng đó có chủng tự HUNG cũng nhỏ xíu. Chuỗi các chủng tự của Bách tự minh chú quay vòng quanh chủng tự HUNG. Như vậy chúng ta ta vừa quán tưởng chủng tự HUNG cùng 100 chủng tự của minh chú quanh xung quanh nó, và vừa trì chú.

Dòng dưới: 'Do vận tâm trì tụng thần chú … chảy tràn xuống dưới.'' Do tâm chí thành của ta, do oai lực của minh chú mà Vajrasatva ban gia trì gia hộ bằng nước cam lồ giống như bụi hương tràn xuống đầu, rồi xuống thân và tịnh hóa tất cả các nghiệp chướng.

« Nơi thân con và chốn hữu tình … tẩy sạch cho con.» Dòng nước cam lồ chảy xuống từ trên đỉnh đầu ta, hoặc thị hiện trong hình tướng ánh sáng màu trắng trong tràn xuống đỉnh đầu, tràn xuống thân và ngập toàn thân thể. Tất cả nghiệp chướng, phạm giới, uế trược, bệnh tật, khổ não của ta đều được tịnh hóa hoàn toàn. Tất cả những nghiệp chướng về thân, khẩu, ý của ta được tịnh hóa hoàn toàn nhờ oai lực của Ngài. Như vậy ta trở nên hoàn toàn thanh tịnh. Nếu chúng ta sám hối mãnh liệt, có lòng tin mãnh liệt vào Ngài thì nghiệp chướng sẽ được tịnh hóa. Đó chính là cơ sở của pháp tu Kim cang Tát đỏa .

Để việc hành trì có hiệu quả tốt cần phải tìm hiểu kỹ lưỡng, phải có hiểu biết thấu đáo, rõ ràng. Các bạn nên đọc cuốn 'Lời Vàng của Thầy Tôi' và những cuốn sách có liên quan khác. Cuốn 'Lời Vàng của Thầy Tôi' dễ hiểu, mọi giải thích, mô tả trong cuốn sách đều rõ ràng, chi tiết nên rất hợp với người mới tu. Các quý vị nên dành thời gian để đọc kỹ cuốn sách, đọc kỹ những lời giảng giải trong đó.

Đọc đi đọc lại nhiều lần để có thể hiểu ngày càng sâu sắc, đầy đủ những lời dạy ở trong cuốn sách. Những phần mà thầy không nói tới, thì trong cuốn sách đó có đề cập tới một cách rất đầy đủ, chi tiết, rõ ràng và chính xác. Điều đặc biệt hơn nữa là cuốn 'Lời Vàng của Thầy Tôi' được soạn dành riêng cho những người tu Longchen Nyingthik, đây là cuốn sách của dòng Longchen Nyingthik. Vì vậy nên đọc và nghiên cứu nó càng nhiều càng tốt.

Một điều thầy muốn nhắc quý vị. Chúng ta không bao giờ sám hối, trì chú, quán tưởng … chỉ cho riêng cá nhân mình mà làm cùng hết thảy chúng hữu tình. Ta quán tưởng hết thảy các loài hữu tình đều được tịnh hóa mọi nghiệp khổ, chứ không phải chỉ riêng cá nhân mình. Không chỉ riêng mình khẩn cầu mà hết thảy chúng sinh cùng khẩn cầu Ngài. Đó cũng cách tu để trưởng dưỡng tâm bồ đề, để phát tâm từ bi. Đó là tu theo Đại thừa. Điều này là chung cho tất cả mọi pháp tu. Chúng ta là người tu Đại thừa. Chúng ta không bao giờ được quên điều đó. Luôn luôn, dù đang làm gì và ở đâu cũng phải nhớ như vậy – làm gì cũng với tâm bồ đề, tâm vì lợi lạc của chúng sinh. Mọi chúng sinh đều bình đẳng. Hạnh phúc và khổ đau của họ cũng đều quan trọng như hạnh phúc khổ đau của chúng ta.

Phần thỉnh cầu và hóa tán quán tưởng: « Hỡi bậc hộ chủ bởi thiếu trí tuệ và ngu si … cùng hủy phạm giới nguyện. »

Khi mình tụng như vậy ta hướng tâm tới đức Kim cang Tát đỏa. Với thành tâm mãnh liệt, với lòng tin mãnh liệt rằng Ngài chính là bậc hộ chủ, người thầy duy nhất che chở cho chúng ta. Ngài chính là nơi nương tựa để tịnh hóa hết tất cả mọi nghiệp ác, và là nguồn lực gia trì gia hộ. Một lần nữa ta phát lồ sám hối ở phần kết thúc, với quyết tâm tịnh hóa nghiệp thật mãnh liệt. Lúc đó hãy nghĩ tới tất cả những giới mẻ, nguyện đứt từ thời vô thỉ, qua những pháp tu của Tiểu thừa, của Đại thừa Hiển giáo, của Mật thừa. Tất cả đều được tịnh hóa hoàn toàn. Nhờ tịnh hóa được các nghiệp chướng như vậy nên ta đã xây dựng một nền tảng vững chắc để có đạt tới những thành tựu tương đối và tuyệt đối trong tương lai.

Trang 34, chúng ta tụng: « Bởi thỉnh nguyện như vậy … như bóng trong gương.» Nhờ tâm chí thành sám hối của mình, nhờ gia trì gia hộ của đức Kim cang Tát đỏa mà tất cả mọi nghiệp chướng của mình và hết thảy hữu tình chúng sinh được tịnh hóa. Đức Kim cang Tát đỏa hài lòng, mỉm cười, Ngài tan thành ánh sáng và hòa nhập vào mình và mình cũng biến thành Kim cang Tát đỏa trắng sáng rực rỡ như Ngài. Rồi vừa quán tưởng ta vừa trì chú OM VAJRASATVA HUNG. Khi chính ta biến thành đức Kim cang Tát đỏa thì tiếp tục quán tưởng nơi tim Ngài có chủng tự HUNG vây quanh bởi bốn chủng tự OM VAJRASATVA. Các chủng tự có màu sắc khác nhau, tuy nhiên chỉ cần quán tưởng màu sáng trắng thôi cũng được. Những hướng dẫn này cũng có hướng dẫn rất chi tiết trong cuốn 'Lời Vàng của Thầy Tôi'.

Phải hiểu rằng hình ảnh đức Kim cang Tát đỏa và các chủng tự hiển hiện như vậy nhưng thật tánh là không, giống như bóng ở trong gương. Có mà là không có, chỉ là hư huyễn mà thôi. Những hiểu biết đó cần thiết để giữ cho tâm chúng ta được thanh tịnh khi trì chú và quán tưởng.

Sau này chúng ta cũng có thể tìm nhiều nguồn tư liệu khác nhau để nghiên cứu, tu tập. Có thể dùng cuốn 'Lời Vàng của Thầy Tôi' như thầy đã nói ở trên. Ngoài ra có nhiều đĩa CD ghi lại các buổi giảng pháp của thầy ở Mỹ. Các bạn nên tìm nghe để lấy làm tài liệu tu học. Ngoài ra có những giáo huấn về ngondro và ngondro Longchen Nyingthik của các vị Đạo sư thuộc các dòng truyền thừa khác nhau chúng ta có thể tham khảo.

CÚNG DƯỜNG MẠN ĐÀ LA

✸

Chúng ta qua pháp Cúng dường Mạn đà la. Đây là một pháp tu rất phổ biến ở Tây Tạng. Các dòng phái khác nhau của Kim cang thừa Tây Tạng thì đều có pháp cúng dường Mạn đà la.

Riêng trong dòng Longchen Nyingthik thì pháp cúng dường Mạn đà la có một số điểm hơi đặc biệt. Đó là cúng dường tam thân Mạn đà la : cúng dường Ứng hóa thân Mạn đà la, sau đó là cúng dường Báo thân Mạn đà la và cuối cùng là cúng dường Pháp thân Mạn đà la.

Trong phần cúng dường Ứng hóa thân Mạn đà la, chúng ta quán tưởng giống như trong lời tụng: « Cả tam thiên đại thiên thế giới … Pháp vương.» Chúng ta quán tưởng là tất cả vũ trụ này gồm có tam thiên đại thiên thế giới, tức là có một tỷ thế giới. Mỗi thế giới tràn ngập thất bảo cùng tất cả tài sản của trời, của người - tất cả những gì đẹp đẽ nhất, quý giá nhất mà ta có thể hình dung được. Tất cả những báu vật đó cùng với thân, khẩu, ý của mình chúng ta cúng dường Tam Bảo, chư Phật, chư Bồ Tát ... – tất cả đối tượng cúng dường của chúng ta. Khi thực hiện pháp cúng dường Ứng hóa thân Mạn đà la này thì đối tượng cúng dường là Đàn tràng Cây Quy Y. Như vậy, cũng có thể quán tưởng Đàn tràng Cây Quy Y trước mặt của mình, và quán tưởng là chúng ta cúng dường tất cả thất bảo và tài sản của tam thiên đại thiên thế giới lên chư Phật, chư Bồ tát, lên Đàn tràng Cây Quy Y.

Phần thứ hai - cúng dường Báo thân Mạn đà la: «Cõi Phật vô thượng đầy hỉ lạc và đẹp đẽ ... Báo thân Phật cảnh.» Ta quán tưởng tất cả những gì trong cõi Báo thân tịnh độ Phật đều tốt đẹp và ta cúng dường tất cả. Kết quả của pháp cúng dường này là ta được thọ hưởng được Báo thân Phật cảnh.

Tiếp theo là pháp cúng dường Pháp thân Mạn đà la: 'Tất cả diệu hữu tột cùng thanh tịnh ... Pháp thân Phật cảnh.» Nếu ta hiểu đúng nghĩa của pháp tu này thì đây là pháp cúng dường cao nhất. Nếu khi ta trực nhận được chân tánh của tâm, khi ta trụ được trong tánh thì đó là cúng dường Pháp thân Mạn đà la. Tuy nhiên, hiện tại khi chúng ta chưa làm được điều đó thì trước mắt phải hiểu đã. Tức là chúng ta có thể quán chiếu, có thể nghĩ rằng vạn pháp tự nó là thanh tịnh. Chân tánh của chúng ta và của tất cả mọi loài hữu tình là thanh tịnh. Tánh không bao trùm khắp pháp giới. Khi chúng ta quán chiếu như vậy, hiểu và tin như vậy thì đó là pháp cúng dường tốt nhất. Chúng ta có thể nghĩ rằng chân tâm bản tánh của ta là thanh tịnh và ta muốn cúng dường lên chư Phật thì đó cũng là cúng dường Pháp thân Mạn đà la.

Để tích lũy túc số 100.000 cúng dường ta có thể dùng lời tụng trong các nghi quỹ khác nhau. Như trong nghi quỹ dài có Pháp cúng dường Mạn đà la ngắn «Sa shi po kyi ... » mà cuốn nghi quỹ ngắn này không có. Phần đó có thể thay thế cho phần cúng dường Tam thân Mạn đà la thầy mới trình bày ở phần trước.

BỔN SƯ DU GIÀ

*«Kim cang Thượng sư ... là bậc Thầy thông tuệ,
một bậc Thầy đã hoàn toàn tâm thanh tịnh và giới thanh tịnh.»*

❂

Bây giờ chúng ta qua pháp tu cuối cùng là Bổn sư du già (Guru Yoga). Trong chữ 'Guru Yoga' thì chữ 'Guru' có nghĩa là 'Bổn sư'. Còn chữ 'Yoga' có nghĩa là con đường, đạo lộ (path), phương pháp. Thì ở đây «Guru Yoga» là đạo lộ của Guru. Tu Guru Yoga là tu pháp thiền quán Bổn sư của mình, quán tưởng Bổn sư của mình. Pháp Ngoại ngondro và Nội ngondro là pháp tu 'Chuẩn bị', là pháp tu để chuẩn bị cho pháp chính yếu. Pháp tu thật sự, pháp tu chính yếu ở đây là Guru Yoga.

Khi tu pháp Bổn sư du già mình quán tưởng nơi mình đang ngồi là cõi tịnh độ của Đức Guru Rinpoche. Ngài đang ngự trong Cung điện Màu đồng đỏ của mình. Những chi tiết về quán tưởng có thể thấy ở trang số 42 -47, hoặc ở cuốn 'Lời Vàng của Thầy Tôi'. Hãy quán tưởng là bản thân ta trong thân tướng của Vajrayogini. Đức Vajrayogini thân màu đỏ trong suốt rực rỡ, chân Ngài để ở tư thế tiến bước : chân phải hơi nhích lên một chút. Đức Vajrayogini trong ảnh Cây Quy Y hơi khác một chút vì tay phải Ngài cầm một cái trống. Còn trong pháp Guru Yoga tay phải Ngài cầm lưỡi dao cong, tay trái cầm chén sọ người.

Ta quán tưởng trên đỉnh đầu của mình (*Vajrayogini - LND*) có một tòa sen, và trên tòa sen đó có một đĩa mặt trăng và đĩa mặt trời. Trên đĩa mặt trăng và mặt trời đó, ở trung tâm, là Đức Bổn Sư của ta trong hình tướng của Đức Guru Rinpoche. Để có thể nhớ được hết những chi tiết về trang phục, vẻ mặt, pháp khí mà Ngài cầm ở tay ta nên xem các bức tranh vẽ.

Khi ta quán tưởng Đức Liên Hoa Sanh trong cung điện của ngài thì ta cũng quán tưởng chư vị Trì minh vương, chư vị Đại thành tựu giả của Ấn Độ, các bậc Đại đạo sư của Tây Tạng, các bậc Đạo sư của dòng truyền thừa bao quanh Guru Rinpoche. Rồi các bậc Đại đạo sư Tây Tạng cũng vây quanh Đức Liên Hoa Sanh, đặc biệt là 25 đại đệ tử của Ngài. Đó là đoàn tùy tùng của Ngài. Các ngài được bao bọc trong vầng hào quang bằng ngũ sắc.

Sau đó chúng ta chuyển sang trang 48. Từ trang 42 tới trang 48 là phần quán tưởng mà chúng ta cần đọc kỹ. Trong trang số 48 ta cung thỉnh Đức Liên Hoa Sanh. Trong phần cung thỉnh này ta quán tưởng Đức Bổn Sư của chúng ta trong hình tướng của Đức Liên Hoa Sanh, vây quanh bởi đoàn tùy tùng và quyến thuộc. Khi đọc tụng lời cung thỉnh, tức là Lời nguyện Bảy dòng, ta cung thỉnh Đức Liên Hoa Sanh thật sự (Trí Huệ tôn), chứ không phải Đức Liên Hoa Sanh quán tưởng (Giới Thệ tôn) nữa. Đức Liên Hoa Sanh thật sự từ cõi tịnh độ Màu đồng đỏ của Ngài xuống và hòa nhập với Đức Liên Hoa Sanh do ta quán tưởng [ở trên đỉnh đầu của Vajrayogini]. Như vậy là Trí Huệ tôn hòa nhập với Giới Thệ tôn làm một, và hòa tan vào trong chúng ta trong hình tướng Vajrayogini.

Pháp tu Guru Yoga là một pháp tu rất phổ biến ở Tây Tạng. Đặc biệt là Lời nguyện Bảy dòng rất nổi tiếng gắn liền với Đức Liên Hoa Sanh. Lời nguyện Bảy dòng này tất cả các hành giả tu theo dòng phái Cổ mật, hay tu theo Kim cang thừa đều biết. Các hành giả theo dòng Cổ mật đều ghi nhớ, vì vậy. Quý vị cũng nên ghi nhớ và trì tụng Lời nguyện Bảy dòng này, bởi năng lực gia trì gia hộ của nó rất mạnh mẽ.

Sau khi tụng Lời nguyện Bảy dòng chúng ta chuyển sang Bảy pháp Luyện tâm thành tín. Pháp này nhằm tạo cho chúng ta có những nhân duyên tiên quyết cho thành tựu tối thượng. Pháp luyện tâm thứ nhất là kính lễ, chúng ta kính lễ Đức Guru Rinpoche cũng chính là Đức Bổn Sư của mình. Thứ hai là cúng dường, cúng dường lên Đức Guru Rinpoche và cũng chính là Đức Bổn Sư của mình. Thứ ba là sám hối trước Guru Rinpoche - Đức Bổn Sư. Thứ tư là tùy hỉ công đức của chư Phật, chư Bồ tát và hết thảy hữu tình trong hai chân lý tương đối và tuyệt đối. Thứ năm là thỉnh chuyển Pháp luân. Thứ sáu là thỉnh các Ngài không nhập niết bàn. Cầu nguyện Đức Bổn Sư và chư vị Lạt ma của dòng truyền thừa và chư Bồ Tát các ngài không nhập Niết bàn. Phần thứ bảy là hồi hướng công đức suốt cả ba thời cho Đại Giác ngộ. Bảy pháp Luyện tâm thành tín này có hiệu lực rất mạnh và có lợi ích rất thiết thực.

Từ trang 52 đến trang 55, trong có ba lời khẩn cầu với Tôn sư Liên Hoa Sanh, cầu xin lực gia trì gia hộ của Ngài. Chúng ta khẩn cầu Tôn sư Liên Hoa Sanh, mà cũng là khẩn cầu với Đức Bổn Sư của mình. Ở trang 56 có lời nguyện bốn dòng do thầy viết để thay vào «Nguyện với các Đạo sư của dòng truyền thừa» của bản nghi quỹ dài.

Một điều rất quan trọng đối với kẻ chân tu là ta phải luôn trưởng dưỡng tâm thành kính tri ân chư vị Tổ sư của dòng truyền thừa. Ta phải luôn ghi lòng tạc dạ công đức của các Ngài, biết ơn tất cả những gì mà các Ngài đã làm cho hậu duệ chúng ta. Thầy nghĩ rằng các Ngài thật là từ bi thương xót chúng ta. Không có các Ngài thì chúng ta không có pháp thanh tịnh để tu, không có dòng truyền thừa để nương tựa. Các Ngài có ý nghĩa vô cùng lớn lao đối với ta không chỉ vì các Ngài đã gìn giữ dòng truyền thừa mà còn vì các Ngài chính là hiện thân của thành tựu viên mãn, của Đại từ, Đại bi, Đại trí, Đại hạnh nguyện. Nhờ những phẩm tánh bất khả tư nghì đó mà các Ngài đã có thể gìn giữ dòng pháp nhất mạch truyền thừa tuyệt đối thanh tịnh và truyền tới hậu duệ chúng ta. Không hề bị gián đoạn, không hề bị cấu uế bởi những vi phạm Mật nguyện. Không hề mảy may hư hao, phí tổn năng lực gia trì gia hộ. Đó là lý do tại sao chúng ta cần phải tụng lời nguyện với các Ngài và nghĩ tưởng tới các Ngài, tới tâm từ bi của các Ngài.

Trong Kim Cang thừa điều tuyệt đối quan trọng là người tu phải theo một dòng truyền thừa liên tục không gián đoạn (nhất mạch truyền thừa). Một kẻ chân tu nhất định phải theo một dòng truyền thừa thanh tịnh. Chúng ta nhất định phải tu học với một vị Kim cang Thượng sư đích thực. Đó phải là bậc Thầy thông tuệ, một bậc Thầy đã hoàn toàn tâm thanh tịnh và giới thanh tịnh. Đây là một điều rất quan trọng mà bất cứ một người tu Mật nào cũng phải biết và phải nhớ. Ngài Long Thọ Bồ Tát có dạy rằng không có Chân Đạo sư thì không thể có được dòng truyền thừa thanh tịnh. Không có Chân Đạo sư, không có dòng truyền thừa thì không thể có thành tựu trên con đường tu. Cũng giống như không có một đứa trẻ ra đời nếu không có đủ cả cha và mẹ.

Chúng ta sang trang 57 là phần thọ nhận bốn quán đảnh: Tịnh bình quán đảnh, Bí mật quán đảnh, Trí quán đỉnh, Mật ngôn quán đảnh. Trong phần này ta quán tưởng Đức Bổn Sư trong hình tướng của Đức Liên Hoa Sanh đang ở trước mặt và ban quán đảnh cho mình. Đức Liên Hoa Sanh bất khả phân với Đức Bổn Sư phóng chiếu ánh sáng có màu sắc khác nhau từ những điểm khác nhau trên thân tướng của Ngài. Nhờ vậy mà chúng ta nhận được bốn cấp quán đảnh. Như vậy là Đức Bổn Sư ban cho ta bốn quán đảnh gieo trồng trong chúng ta những hạt giống của giác ngộ, để ta có thể đạt được thành tựu ở bốn cấp bậc khác nhau.

Trang 66 là phần hóa tán quán tưởng. Ta quán tưởng có tia sáng đỏ ấm từ tim của Đức Bổn Sư trong hình tướng của Đức Liên Hoa Sanh phóng ra và chạm vào thân của ta. Nhận được tia sáng đó ta (*đang ở trong thân tướng của Kim cang Du già Thánh nữ*) biến thành một đốm sáng đỏ. Đốm sáng đỏ đó hòa tan vào trong tim của Bổn sư (*Tôn sư Liên Hoa Sanh*) và hợp nhất với Ngài. Ta an trụ trong trạng thái trí tuệ của Bổn sư (*Tôn sư Liên Hoa Sanh*) tâm không khởi vọng niệm. Ta trụ trong trạng thái đó càng lâu càng tốt.

Từ trang 67 tới trang 73 là phần hồi hướng. Ta hồi hướng công đức cho khắp pháp giới chúng sinh vì giác ngộ giải thoát cho hết thảy hữu tình.

TU HỌC NHƯ THẾ NÀO ?

« Nếu tu mà lại không chuyển hóa được tâm,
không từ hòa hơn, thương yêu hơn,
tấm lòng dịu dàng rộng mở hơn thì ta đã tu sai. »

❀

Mặc dù chúng ta không có nhiều thời gian và thầy không thể phân tích thật tỉ mỉ, chi tiết nhưng chúng ta đã đi trọn vẹn cả nghi quỹ. Đặc biệt thầy đã giảng kỹ phần Ngoại ngondro. Nếu như không có nền tảng vững chắc của công phu tu tập Ngoại ngondro thì ta sẽ gặp rất nhiều khó khăn. Để có thể đạt kết quả tốt, để tiến bộ trên con đường tu điều quan trọng nhất là phải luyện tâm, phải chuyển hóa được tâm. Phải làm sao càng tu càng giảm bớt phiền não thì mới là kẻ chân tu. Trên thế giới này có rất nhiều tôn giáo nhưng không có tôn giáo nào như đạo Phật đặc biệt dạy người tu phải luôn luôn biết được tâm mình, kiểm soát được tâm mình, điều phục được tâm mình.

Nếu tu mà lại không chuyển hóa được tâm, không từ

hòa hơn, thương yêu hơn, tấm lòng dịu dàng rộng mở hơn thì ta đã tu sai. Hãy luôn biết mình đang tu đúng hay tu sai. Bất cứ khi nào, bất cứ khi nào ta thấy ta đang ngồi lê đôi mách, đang tham luyến bám chấp, đang sân hận, đố kị thì phải biết rằng ta chưa là kẻ chân tu. Ta đang đi trên con đường sai.

Buổi giảng pháp hôm nay có hơi dài (*cười*). Thầy đã có nhiều buổi giảng pháp ở nước ngoài, như ở Mỹ chẳng hạn. Ở những chỗ đó tiện nghi hơn chúng ta ở đây nhiều, nhưng vẫn có người làm biếng không muốn tới nghe, muốn ở nhà nghe qua internet. Nhưng ở đây thầy thấy các đạo hữu rất hiểu giá trị của việc được gần đạo sư và được tiếp xúc với Ngài. Bất chấp điều kiện thời tiết không thuận như mưa gió, nóng bức mọi người vẫn tìm tới đây để ngồi với Thầy, trong một không gian nhỏ, chật chội, nóng bức như thế này. Đây chính là một bằng chứng rất mạnh cho thấy rằng chúng ta có tâm khát khao cầu pháp. Đó là một điều rất tốt đẹp mà chúng ta cần gìn giữ. Quan trọng là chúng ta phải biết gìn giữ nó. Ngay cả khi về nhà. Để không bị những cám dỗ của cuộc sống đời thường làm nản chí. Hãy cố gắng tinh tấn hơn nữa, cố gắng duy trì việc công phu, hành trì một cách đều đặn hơn nữa. Sao cho tâm chúng ta ngày càng mạnh mẽ hơn, kiên cố hơn. Để có được những tiến bộ chân thực.

Buổi truyền pháp của thầy dừng tại đây, nhưng mọi người có thể yên tâm rằng như vậy cũng đủ để mọi người tu tập rồi. Qua hai ngày ta thấy việc truyền pháp đã rất thuận lợi, đó là một điều rất kiết tường, và thầy cũng rất hoan hỉ. Thầy thấu hiểu rằng các đạo hữu ở Việt Nam rất cần sự giúp đỡ của thầy, của dòng truyền thừa để chúng ta có thể tu tập tốt được. Nếu chúng ta thực sự có tâm chí thành, thì nhất định chúng ta sẽ nhận được sự giúp đỡ của thầy và của dòng truyền thừa. Và nhất định chúng ta sẽ đạt được những thành công trong quá trình tu tập của mình.

(Giảng ngày 15.10.2011)

QUY Y

"Luôn hướng tâm về Tam Bảo dù trong bất cứ hoàn cảnh nào. Đó là quy y Tam Bảo chân thật, thiết tha, tự sâu thẳm trong tâm."

Câu hỏi: Thưa Rinpoche, tại sao khi bắt đầu tu tập bất cứ pháp nào chúng con đều phải bắt đầu bằng pháp "quy y"?

Quy y trước hết là để nhắc nhở chúng ta là người tu Phật. Thứ hai, khi đã quy y rồi, ta phải luôn tự nhắc nhở mình Tam Bảo là bậc hộ chủ duy nhất, nơi che chở duy nhất cho chúng ta.

Thứ ba, bất luận hoàn cảnh nào ta phải giữ giới nguyện quy y: không làm các điều ác, luôn làm các việc lành. Phải biết suy xét điều gì nên làm, điều gì nên bỏ. Phải luôn nhắc mình nhớ tới thệ nguyện quy y. Như vậy chúng ta sẽ có hướng đi đúng đắn trong cuộc đời.

Thông thường trong cuộc sống khi ta gặp khó khăn thì tâm liền dao động. Đã xác định mình là người tu Phật nhưng khi gặp nghịch cảnh thì ta liền quên Tam Bảo, quên Thượng sư, quên lời thề lúc quy y. Khi đó, một người tu vẫn có thể làm những việc ác độc, xấu xa, ích kỷ hại người. Chẳng hạn như tâm thù ghét. Một người có thể xác định họ là người tu Phật và biết Phật dạy phải giữ giới nguyện thế nào. Nhưng khi đụng chuyện thì họ lại đi ngược với lời Phật dạy. Nổi tâm căm hận thế là quên hết tất cả. Quên cả Tam Bảo, quên cả lời nguyện quy y. Lúc đó người ấy cũng không còn làm chủ được bản thân mình nữa, không còn là Phật tử nữa. Cách duy nhất để người đó có thể làm chủ được tâm, tránh được ác hạnh là hướng về Tam Bảo – quy y Tam Bảo tự trong tâm. Luôn hướng tâm về Tam Bảo dù trong bất cứ hoàn cảnh nào. Đó chính là quy y Tam Bảo chân thật, thiết tha, tự sâu thẳm trong tâm.

Câu hỏi: Kim Cang thừa khác Đại thừa Hiển giáo như thế nào? Xin Thầy giúp con thấy sự khác nhau giữa phân biệt giữa Hiển và Mật?

Câu hỏi này đụng chạm tới một đề tài rất sâu sắc và rộng lớn, rất khó trả lời đầy đủ trong một vài câu. Nhưng thầy sẽ cố gắng trả lời ngắn gọn, để chúng ta có một khái niệm nào đó.

Đầu tiên chúng ta phải hiểu Kim Cang thừa là Đại thừa. Tuy nhiên, chúng ta phải hiểu sự khác nhau giữa Kinh thừa và Mật thừa. Kinh thừa và Kim Cang thừa giống nhau ở chỗ đều là Đại thừa. Cả hai thừa đều lấy tâm bồ đề làm căn bản nền tảng. Tại sao lại nói như vậy? Vì còn có một thừa khác là Tiểu thừa. Tiểu thừa không dùng tâm bồ đề làm nền tảng căn bản cho người tu. Vì vậy mà Tiểu thừa khác biệt với Kinh thừa và Mật thừa. Chữ "Đại thừa" bao gồm chữ "Đại" có nghĩa là "lớn". "Lớn" ở đây có nghĩa là bánh xe lớn hơn, bánh xe lớn chở hết thảy hữu tình chúng sinh.

Ngoài ra thầy cũng muốn phân tích một số điểm để chúng ta thấy được sự khác nhau giữa Kinh thừa và Mật thừa. Cả Kinh thừa và Mật thừa về căn bản đều giống nhau ở cách hiểu về tánh không. Tuy nhiên, cũng có sự khác biệt. Mật thừa dạy và đòi hỏi hành giả thật sự thấy mỗi hữu tình chúng sinh là một vị Phật. Mật giáo giải thích rằng tất cả hữu tình chúng sinh là những vị Phật, nhưng chúng ta không nhìn thấy bởi do vô minh ngăn ngại. Trong Kinh thừa người tu cũng được dạy rằng chúng sinh có Phật tánh nhưng vẫn có một sự khác biệt về phương diện này so với Mật thừa.

Một khác biệt quan trọng nữa giữa hai thừa đó là tri kiến về thật tánh của "ngũ uẩn". Theo Kim Cang thừa thì ngũ uẩn chính là hiển tướng của Ngũ Bộ Như Lai. Đây không phải là tri kiến của Đại thừa Hiển Giáo. Vì pháp tu Kim Cương thừa thâm sâu hơn, nhanh hơn nên về phương diện đó hai thừa cũng có sự khác biệt. Trong Kim Cang thừa có những pháp tu mà trong Kinh thừa không có. Ví dụ, pháp quán tưởng, pháp tu Bổn tôn, pháp tu Dakini. Còn trong Đại thừa Hiển giáo pháp tu tập trung chủ yếu vào việc phát triển sáu Ba la mật, tu ngũ vị và thập địa. Những pháp tu như quán tưởng bổn tôn, trì minh chú, thiền quán Bổn sư, quán đỉnh và những pháp khác ở các giai đoạn tiếp theo, rất đặc thù cho Mật tông, không có trong Kinh thừa.

TU TÂM BỒ ĐỀ

*"Tình yêu thương mà các bậc Bồ tát
dành cho mọi chúng sinh đều giống nhau,
không có mảy may phân biệt.*

☸

Ý nghĩa cốt lõi của tâm bồ đề là ở ước nguyện thanh tịnh giúp hết thảy chúng sinh đạt tới chân lý cứu cánh. Để trưởng dưỡng tâm bồ đề cần có hai yếu tố, hai điều kiện căn bản người tu phải ghi nhớ. Thứ nhất, phải có tình thương yêu. Tình thương yêu này phát triển dựa trên hiểu biết và quán chiếu rằng hết thảy hữu tình chúng sinh từ vô thủy đến nay đều từng là cha ruột hay mẹ ruột của ta. Từ đó ta có nền tảng để phát khởi mong muốn hạnh phúc cho chúng hữu tình. Thứ hai, phải có lòng tin vững chắc rằng hết thảy hữu tình có Phật tánh và trong tương lai sẽ chứng vô thượng bồ đề.

Một yếu tố quan trọng khác để phát tâm bồ đề là người tu phải có tu tâm bình đẳng. Có nghĩa là chúng ta phải coi hết thảy hữu tình đều quan trọng ngang nhau, không sót một ai. Bất cứ khi nào, ở đâu, làm việc gì đều phải giữ được tâm bình đẳng đó.

Có nhiều phương pháp khác nhau để tu tâm bồ đề. Trong nghi quỹ ngondro của dòng Longchen Nyingthik, tu tứ vô lượng tâm là con đường để phát tâm bồ đề. Như vậy là có hai khía cạnh của tâm bồ đề quý vị phải phân biệt rõ. Thứ nhất là tâm vì hạnh phúc của chúng sinh. Thứ hai là tâm cầu giải thoát cho người khác, cho chúng sinh khác. Hai tâm đó cần phải trưởng dưỡng và kết hợp lại với nhau.

Vô lượng tâm thứ nhất là "Đại từ". Ta phát nguyện: "Nguyện cho hết thảy hữu tình có được hạnh phúc và có được cội nguồn của hạnh phúc." Ước nguyện hạnh phúc cho tất thảy hữu tình gọi là "đại từ". Đây chính là yếu tố thiết yếu để đạt tới tâm bồ đề chân thật, không ngăn mé.

Vô lượng tâm thứ hai là "Đại bi", tức là ước nguyện hữu tình chúng sinh thoát khổ. Ta nguyện: "Nguyện cho hết thảy hữu tình chúng sinh thoát khỏi đau khổ và thoát khỏi cội nguồn của đau khổ."

Vô lượng tâm thứ ba là "Đại hỷ", hoan hỷ trước phước đức, thiện duyên của hữu tình chúng sinh, nguyện cho họ không bao giờ xa rời hạnh phúc và thiện duyên để có được hạnh phúc. Thực ra về bản chất thì hạnh phúc và đau khổ gắn liền với nhau, vì vậy nên từ và bi cũng gắn liền với nhau.

Yếu tố thứ tư là "Đại xả", nghĩa là tâm bình đẳng. Tâm bình đẳng coi mọi chúng sinh quan trọng như nhau không phân biệt, là ước muốn tốt đẹp cho tất cả hữu tình không sót một ai.

Thông thường con người chúng ta không có được tâm xả chân thực. Bao giờ ta cũng thiên lệch, yêu quý thân bằng quyến thuộc, những người gần gũi mình hơn những kẻ khác. Những kẻ khác thì ta không quan tâm, ghẻ lạnh hoặc không ưa. Vì vậy mà khó phát tâm bồ đề. Tâm xả là tâm bình đẳng, là trái tim rộng mở không vướng vào phân chia kỳ thị. Để tự giải thoát mình khỏi tâm phân biệt chúng ta cần pháp đối trị. Những giáo huấn bên tai trong cuốn "Lời Vàng của Thầy Tôi" có dạy chúng ta về cách tu tâm bồ đề. Trong cuốn sách đó tác giả nhấn mạnh người tu nên bắt đầu việc tu tâm bồ đề, tu tứ vô lượng tâm bằng việc tu tâm xả. Sau đó hành giả mới tiếp tục hành trì để phát triển các vô lượng tâm khác là từ, bi, hỷ.

Lý do tại sao? Thì bởi vì nếu chúng ta có tâm xả thì những phẩm chất, những đức tính tốt khác mà chúng ta đang cố gắng nuôi dưỡng sẽ bị hoen ố bởi tâm phân biệt đối xử và mang sắc thái bất bình đẳng. Có nghĩa là khi tâm của chúng ta vẫn luẩn quẩn trong phân biệt, khi chúng ta còn xem người này quan trọng hơn người kia thì những tình cảm đó sẽ khiến ta khó phát tâm bồ đề chân thật.

Hạt giống đã gieo từ thời vô thủy khiến chúng ta có thói quen phân biệt như vậy. Hạt giống này cắm rễ rất sâu và chắc trong tâm thức của chúng ta. Để thoát được nó là một điều vô cùng khó khăn. Con người chúng ta luôn có xu hướng yêu thương, nâng đỡ những người thân, những bằng hữu của mình, những người mình ưa thích giao du. Trái lại, ta thường xa cách những người mình không ưa, không muốn quan tâm tới. Đó là tâm phàm phu. Còn các bậc giác ngộ thì đã hoàn toàn thoát khỏi lối suy nghĩ và hành xử như vậy. Các Ngài đã lìa bỏ trú xứ của tâm nhị nguyên đối đãi, đã siêu vượt lên những tham luyến trần tục. Các Ngài thấy mỗi một chúng sinh đều quan trọng như nhau không khác. Tâm các Ngài hoàn toàn bình đẳng. Tình yêu thương mà các bậc Bồ tát dành cho mọi chúng sinh đều giống nhau, không có mảy may phân biệt. Đối với các Ngài không có người đáng quý hơn hoặc người hoàn toàn không nằm trong tầm quan tâm. Vì vậy, ta nên noi theo gương các bậc Đạo sư mà đối xử công bằng, bình đẳng với hết thảy hữu tình, hoặc ít ra là với những người xung quanh mình. Chỉ khi ta có được tâm bình đẳng như vậy thì mới có thể trên nền tảng đó trưởng dưỡng tâm bồ đề chân thực.

Tại sao thầy phải nhấn mạnh những tai hại của tâm nhị nguyên phân biệt? Phàm ở đời ai cũng hay so sánh: người này quan trọng hơn còn người kia không quan trọng bằng; người này may mắn hơn còn người kia không may mắn bằng. Lối suy nghĩ như vậy tạo trong tâm ta trùng trùng duyên khởi các rắc rối, buồn phiền. Ta bắt đầu ưa người này không ưa người kia. Rồi nhiều cách ứng xử tồi tệ liên tiếp xảy ra như gây hiềm khích, thắc mắc, nghi ngờ, ... Tất cả cũng chỉ vì lối so sánh hẹp hòi với tâm đầy phiền não như vậy. Chúng ta phải sửa lại cái tâm đó. Phải luyện cho cái nhìn, cách nghĩ của mình trong sáng, rộng mở hơn. Khi những ý nghĩ nhị nguyên dần bớt đi thì ta sẽ có được tâm bình đẳng, yêu thương chân thực. Và lúc đó ta sẽ phát được tâm bồ đề.

Có nhiều phương pháp để chúng ta có thể trưởng dưỡng tâm bồ đề. Như phương pháp của Ngài Atisha, hoặc phương pháp trong Ngondro Longchen Nyingthik. Tuy cũng có đôi chút khác biệt nhưng đều là những phương pháp rất tốt để phát tâm bồ đề. Phương pháp tu tứ vô lượng tâm là phương pháp có tác dụng chuyển hóa rất mạnh. Nếu chúng ta kiên trì tu tập và sử dụng phương pháp đó để chuyển tâm mình thì dần dần tâm bồ đề sẽ tăng trưởng. Chúng ta có những con đường ngắn và nhanh để nuôi dưỡng tâm bồ đề nhưng yếu tố quyết định vẫn là nỗ lực hành trì của người tu.

" ... phải biết được động cơ thật của mình.
Phải biết rằng mình làm việc này vì lợi ích của ai?"

Có hai loại tâm bồ đề: tâm bồ đề nguyện và tâm bồ đề hạnh. Nói một cách dung dị tâm bồ đề nguyện có nghĩa là ta có ước muốn, có động cơ trong sáng, tốt lành. Khi ta nuôi dưỡng những ý nghĩ, mong ước tốt lành, thánh thiện đối với những chúng sinh khác thì đó là tâm bồ đề nguyện. Để phát tâm bồ đề nguyện chúng ta dùng những phương pháp như phát đại nguyện, cầu nguyện, mong ước. Người tu phát đại nguyện trong tâm: "Nguyện con trưởng dưỡng tâm bồ đề vì lợi lạc của hết thảy hữu tình." Và cứ thế công phu lặp đi lặp lại lời nguyện này nhiều lần. Bất cứ ở đâu, làm việc gì đều nguyện như vậy, làm với động cơ như vậy trong tâm thì chắc chắn dần dần tâm bồ đề của ta sẽ ngày càng lớn mạnh. Ở giai đoạn này việc phát tâm bồ đề cần phải dựa vào các phương tiện.

Thầy giải thích thêm về chữ "ước" và chữ "nguyện". "Nguyện" là đại tâm, đại nguyện hướng tới hết thảy hữu tình, vì hạnh phúc của họ. Còn "ước" là mong muốn, mong ước. Mong muốn, mong ước tốt lành cho tất cả hữu tình. Ước muốn đó phải hướng thượng và thánh thiện. Đôi khi có người ước tai họa sẽ xảy ra với người mà họ nuôi căm ghét trong lòng. Đó là tâm ác. Là người tu Phật chúng ta không cho phép mình, dù chỉ một thoáng, nuôi dưỡng ác tâm như vậy. Điều đó là trái với đạo tâm và có sức phá hoại rất mạnh tâm từ bi của chúng ta, khiến cho ta không thể phát được tâm bồ đề.

Đó là một vấn đề mà người tu chúng ta vẫn thường hay mắc phải. Vì vậy, phải hết sức cẩn thận với tâm của mình. Phải hiểu rằng khi chúng ta có một ác tâm, một ác hạnh hướng tới kẻ khác thì thật ra ta đã gây ác hạnh cho chính bản thân mình, chứ không ai khác. Chính ta sẽ là người trực tiếp chịu hậu quả gây ra bởi ác tâm, ác hạnh của mình. Vì vậy, nếu ta muốn điều tốt cho mình thì hãy mong muốn điều tốt lành cho người! Nếu ta muốn người khác nghĩ tốt về mình thì hãy nghĩ tốt về người khác! Phải thay đổi tâm mình. Sao cho ý nghĩ của mình về tha nhân phải ngày càng hướng thượng, ngày càng trong sáng, tốt lành hơn. Tất cả mọi người quanh ta đều có nhiều phẩm tính tốt đẹp đáng quý. Không ai là không có. Nhưng khi muốn nghĩ xấu cho người khác thì ta luôn bới ra toàn là những chyện xấu xa. Và chỉ chuyện xấu mà thôi. Đó là cách hành xử rất tồi tệ mà ta phải thay đổi.

Vậy tu tâm bồ đề nguyện là luôn có trong tâm mong muốn tốt lành cho tất cả chúng sinh. Bình đẳng như nhau, không khác. Chứ không chỉ cho những ai ta thích, những ai có lợi cho riêng ta. Nếu là người tu Đại thừa, thì làm bất cứ việc gì đều phải biết tâm mình, biết được động cơ thật của mình. Phải biết rằng mình làm việc này vì lợi ích của ai? Nếu như vì quyền lợi ích kỷ của mình mà đi ngược lại lợi ích của mọi người, thì lúc đó ta đang hủy hoại tâm bồ đề của mình. Bất cứ khi nào tâm khởi lên dù chỉ một niệm ích kỷ hại người thì nhất định phải ngừng ngay lại, ngừng ngay lại và hướng tâm tới những điều thiện lành.

Một lần nữa thầy muốn nhắc lại: không có được tâm bồ đề nguyện mạnh mẽ kiên cố thì không thể có tiến bộ trong con đường tu. Phải luôn giữ tâm mình trong sáng, luôn nuôi dưỡng những ước muốn tốt lành trong tâm đối với tất cả không kỳ thị, phân chia. Tâm tốt lành đó là điều kiện ban đầu để đạt tới tâm bồ đề tối thượng.

Có một mối liên hệ rất mật thiết giữa tu tâm bồ đề và làm một con người tốt. Mặc dầu ta nói rằng ta tu tâm bồ đề vì hết thảy hữu tình nhưng trên thực tế ta làm việc đó trước hết là cho bản thân mình. Ta làm việc đó để cho bản thân ta trở thành người tốt. Như thế nào có nghĩa là một người tốt. Một người tốt là một người có trái tim thương yêu. Một người tốt là người có tấm lòng nhân hậu, có ước muốn thiện lành. Người không có một trái tim ấm áp, một tấm lòng nhân hậu thì không thể làm một người tốt được. Nếu một người không thể làm người tốt được thì người đó cũng không bao giờ có được hạnh phúc chân thực trong tâm. Bởi vì tâm người đó luôn bị những ý nghĩ không tốt khuấy động. Những người như vậy là cái họa cho chính bản thân họ và cho những người xung quanh. Chỉ có lòng tốt, tình thương yêu, tâm vô ngã vị tha là những giá trị cao quý mang lại chân hạnh phúc.

Tất cả chúng ta ở đây đều là người tu Phật tử. Vì vậy mà, ở một phương diện nào đó, ta có tình thương, có lòng tốt với chúng sinh khác. Ví dụ, chúng ta tham gia các hoạt động như phóng sinh để cứu những con vật sắp bị sát hại. Đó là một hoạt động tốt của người tu Phật. Thế nhưng, một mặt chúng ta làm những việc tốt như vậy, nhưng mặt khác chúng ta vẫn cho phép mình làm những việc đi ngược lại với tinh thần tương thân, tương ái. Chúng ta nói xấu sau lưng, khích bác, đâm thọc, bịa đặt chuyện xấu xa cho người khác. Rất nhiều! Những điều đó hoàn toàn đi ngược lại thiện nghiệp mà người tu phải tích lũy. Chúng ta đang tu hạnh Bồ tát. Bồ tát không thể làm chuyện đó.

Chính vì vậy ta phải nhìn tấm gương của các bậc thầy tôn quý. Suy nghĩ, quán chiếu xem các ngài sống ra sao, đối nhân xử thế như thế nào. Các ngài luôn luôn là những tấm gương tuyệt vời trong sáng về tâm từ, tâm bi, về tấm lòng nhân hậu đối với những người xung quanh. Biết để cố gắng học theo những tấm gương của các bậc Bồ tát đó. Thầy nghĩ rằng đối với chúng ta sửa cái tật xấu đó không dễ chút nào. Bỏ tật đơm đặt chuyện xấu cho người khác không dễ chút nào. Nhưng là người tu Phật thì phải tu chỉnh chính mình. Nếu ta quyết tâm thì nhất định sẽ làm được.

TRUNG THỰC VÀ NHÂN HẬU

*"Nếu chúng ta không trung thực
thì những điều chúng ta làm
sẽ gây ra tai họa, thiệt thòi rất lớn -
cho đất nước, cho xã hội, cho gia đình*

...

Và cho chính bản thân."

Muốn làm một con người đúng với ý nghĩa chân thực của chữ đó thì ta phải tu sửa mình theo hướng như vậy. Có ba đức tính quan trọng để ta dựa vào đó soi xét mình xem mình có thực sự là một người tốt hay chưa. Phẩm tánh thứ nhất là trung thực, chân thật. Phẩm tánh này rất rất quan trọng. Phẩm tánh thứ hai là có tấm lòng nhân hậu, là lòng tốt. Khi ta không thật sự có tấm lòng tốt và đức tính trung thực thì ta gây ra đủ thứ chuyện không tốt, đủ thứ bất hạnh cho người và cho chính bản thân. Phẩm tánh thứ ba là khả năng hiểu và cảm thông với người khác. Ba phẩm tánh này là những yếu tố cần thiết quan trọng để chúng ta có thể nói rằng mình là một người tốt, một con người có chân thực giá trị. Còn nếu không có được những đức tính tốt đẹp đó thì chưa thể gọi là một người tốt, một con người có chân giá trị được.

Một kẻ không có những đức tính tốt đó là một người "dỏm" (fake) – một con người của ngụy giá trị. Nếu chúng ta soi xét lại bản thân thì mình sẽ thấy để làm người tốt thực sự rất khó; có nhiều lúc chúng ta là người không tốt. Có lúc ta còn ganh ghen, đố kị như con gà. Có lúc ta còn nói dối, gian ngoan, lừa lọc như là con cáo. Thầy nghĩ rằng chúng ta không muốn giống như những con vật ấy, chúng ta muốn làm người với ý nghĩa tốt đẹp, với chân giá trị. Vì thế mà ta cần tu dưỡng ba phẩm tánh căn bản đó.

Chúng ta có thể nghĩ rằng hai đức tính này (trung thực và nhân hậu) là chuyện của những người tu Phật. Thật ra không phải như vậy. Hai đức tính này rất quan trọng đối với tất cả mọi người, bất kể có hay không có niềm tin tôn giáo. Trong xã hội chúng ta ở đâu cũng vậy, người ta đều nói về lòng tốt và tính trung thực như điều kiện để một con người xứng đáng được gọi là một người tốt. Không cần tìm kiếm đâu xa, mà ngay nơi cuộc sống hàng ngày ta đều gặp những lời dạy về hai phẩm tánh quan trọng đó. Đó cũng là điều kiện căn bản để hình thành những phẩm tính khác của người tu.

Nói về đức tính trung thực chẳng hạn. Nếu chúng ta không trung thực, thì đó là một điều rất xấu, rất tệ hại. Khi chúng ta đặt sự việc này trong ở một bức tranh rộng lớn hơn thì sẽ thấy tác hại của nó rõ ràng hơn. Nếu chúng ta không trung thực thì những điều chúng ta làm sẽ gây ra tai họa, thiệt thòi rất lớn - cho đất nước, cho xã hội, cho gia đình, cho thân bằng quyến thuộc của mình. Và cho chính bản thân.

"Tôi là một kẻ bị đại dương dậy sóng của vô thường ném tung lên bờ với hai bàn tay trắng, là một hành khất không chút bận tâm tới việc làm giàu."

2012

VIỆT NAM

(Giảng ngày 10.10.12)

THẦY - TRÒ

" ... được gặp lại những trái tim nhân hậu,
chí thành và trung thực mới là điều đáng mong mỏi hơn."

Thầy đã gặp và quen biết nhiều bạn đạo Việt Nam. Đó là những người có tâm thành tín với Phật, với Pháp và với Phật giáo Tây Tạng. Chắc chắn giữa chúng ta, và giữa các bạn với Pháp Bảo, có một kết nối thiện nghiệp tốt lành. Thầy đã tới Việt Nam bốn lần, gặp nhiều người tu có tâm đạo, thấy cảnh thiên nhiên tươi đẹp và rất vui khi trở lại. Nhưng được gặp lại những trái tim nhân hậu, trung thành, trung thực mới là điều mong mỏi hơn cả. Được gần những người luôn tự sửa mình để chân thật tu đạo là điều ta luôn khát khao, mong mỏi hơn.

*"Phải hết lòng trân quý những gì nghe được
và đưa vào áp dụng trong cuộc sống hàng ngày."*

Cũng bình thường thôi khi ở mọi nơi, kể cả Tây Tạng, được gặp các bậc thầy, các Rinpoche thì ai nấy đều phấn khích. Cũng tốt thôi rằng mọi người vui và phấn khích. Thế nhưng, cái lợi lạc không thể dừng ở việc gặp mà cần phải lắng nghe lời các đạo sư. Lắng nghe và rút ra cho mình những bài học - đó mới là điều chính yếu.

Kẻ làm trò, điều quan trọng nhất là phải lắng nghe *(văn)* và tư duy quán chiếu *(tư)*. Phải hết lòng trân quý những gì nghe được và đưa vào áp dụng trong cuộc sống hàng ngày *(tu)*. Lấy đó làm phương thuốc quý chữa lành phiền não trong tâm. Đó là điều trọng yếu.

Đối với bậc làm thầy, cần phải dạy học trò một cách đúng đắn. Không nhất thiết phải rất uyên áo, mà quan trọng là phải trực chỉ vào tận vấn đề và dạy sao cho khế hợp với căn cơ kẻ học. Đó là lối dạy đúng đắn.

Có người ở đây chắc đã từng thọ pháp nhiều vị thầy từ Tây Tạng hoặc từ những truyền thống khác. Bất luận là Tây Tạng, Trung Quốc hay Việt Nam, Phật giáo đều cùng chung một nền tảng. Hiểu cho được nền tảng chung này là điều thiết yếu.

Chẳng có ý nghĩa gì khi ta khoe: "Tôi theo dòng này"

hay " Tôi theo thừa nọ." Điều cần thiết là phải biết làm sao để hiểu dòng tu, để hiểu đạo sư. Làm sao tu cho đúng. Làm sao biết cách mà tu cho đúng. Đó mới thật là quan trọng.

TU ĐẠO

"Tu đạo nhất thiết phải kham nhẫn và tinh cần."

Phật dạy ác nghiệp, ám chướng nơi tâm chúng sinh nước sông chẳng thể gột sạch. Đau khổ của chúng sinh Phật chẳng thể làm vơi. Chứng ngộ của Phật chẳng rót được vào tâm chúng sinh. Chỉ con đường tu đạo và trao truyền giáo lý là cách duy nhất để cứu họ. Còn đối với kẻ học đạo thì nghe pháp (văn), tư duy quán chiếu (tư) và đưa vào thực hành (tu) – đó là con đường duy nhất đưa tới giải thoát.

Đức Phật nói: "Ta đã chỉ ra con đường. Phải hiểu, tất cả phụ thuộc vào các ông." Giải thoát được hay không là ở nơi các vị. Do các vị hiểu ra sao, nỗ lực tới đâu, và hành trì như thế nào. Vậy nên Phật dạy giải thoát phụ thuộc vào chính người tu đạo.

Thành tựu phụ thuộc vào kẻ tu, nhưng mặt khác thành tựu cũng tùy thuộc vào ngoại duyên. Chẳng hạn như để nghe pháp - và để văn, tư, tu - cần phải có một vị chân sư.

Sau đó phải dốc lòng công phu. Chỉ có như vậy mới mong thành tựu được.

Hoàn toàn sai lầm nếu có kẻ thọ được chút pháp để rồi bỏ đó. Dù có nuôi hy vọng: "Ta sẽ được giải thoát" thì cũng chỉ vô ích. Cách duy nhất đúng là một khi đã biết phải tu ra sao thì đưa tất cả vào thực hành – miên mật và tinh cần. Mà cũng không được tùy hứng: khi vui thì tu còn khi buồn thì bỏ. Thế rồi ta cũng quên Pháp luôn. Cách đó không được.

Tu đạo nhất thiết phải kham nhẫn và tinh cần. Thói hư tật xấu sâu dày khiến ta không đủ kham nhẫn để tu hành. Ta thường thối chí và bỏ cuộc. Ta để tâm tán loạn đuổi theo đủ thứ, đủ chuyện của đời thường. Tất cả những thứ này là chướng duyên khiến ta có tu cũng không tiến. Ta phải rất cẩn trọng và tỉnh giác. Phải có phương cách đúng đắn để sửa đổi lối nghĩ, lối tu học của mình. Chỉ như vậy mới hòng mong chuyển hóa được tâm.

*"Thông thường ta luôn nhìn nhận mọi thứ
sai khác với bản chất của chúng."*

Ta có thể hỏi: "Tại sao chúng ta cần Pháp?" "Lợi lạc của việc tu ở đâu?" Cần tìm ra câu trả lời, bằng không ta sẽ không bao giờ thực sự hiểu tại sao ta lại làm việc này hay việc khác. Chúng ta không biết Pháp có tác dụng gì. Nếu quyết tìm ra lời đáp đúng thì sẽ thấy ta có lý do để tu đạo. Và lý do nằm ở sức mạnh, ở lợi lạc Pháp đem lại. Vậy nên, đặt câu hỏi và tìm ra lời đáp đúng là rất quan trọng.

Tại sao chúng ta cần Pháp? Bởi ta có quá nhiều phóng dật khiến tâm bị tắc nghẽn. Khiến ta không thể nhìn mọi thứ một cách đúng đắn. Ta sống trong vô minh. Thông thường ta luôn nhìn nhận mọi thứ sai khác với bản chất của chúng. Và từ đó phát sinh phiền não. Vì nhìn nhận sự việc sai khác đi mà mọi thứ đều hỏng. Vì nhìn nhận sự việc sai lầm mà sinh rắc rối. Rắc rối sinh ra từ phiền não và phiền não bắt rễ từ vô minh, từ cách nhìn sai lạc của ta. Vì thế mà ta cần Pháp. Pháp giúp ta điều chỉnh lại tất cả.

Tu hành là gì? Là để chuyển tâm theo hướng đúng. Tâm ta sai lạc. Vì vậy, cách ta cảm nhận, xem xét mọi thứ đều không ổn, đều sai. Ta phải điều phục tâm mình. Làm sao để điều phục tâm? Ta phải tu đạo.

TÁNH KHÔNG - TÂM BỒ ĐỀ

*"Giáo lý của Đức Phật có hai phần ...
Một về tánh không và một về tâm bồ đề."*

Giáo lý của Đức Phật có hai phần. Phần thứ nhất là giáo lý tánh Không, phần thứ hai là giáo lý về tâm Bồ đề. Tu Phật có nghĩa là hợp nhất hai phần làm một. Đây là con đường đúng đắn để thực hành giáo lý Phật đà. Khi lắng nghe giáo lý chúng ta phải nhận ra hai phần này. Một về tánh Không và một về tâm Bồ đề. Nếu người tu chỉ biết có một phần thì chưa hoàn chỉnh. Khi tu đạo chúng ta tu tâm Bồ đề trước. Ta bắt đầu với việc tu tâm Bồ đề và tâm Từ Bi. Rồi sau đó tiếp tục công phu về tánh Không.

TÁNH KHÔNG - LÝ NHÂN DUYÊN

*" ... không hiểu lý nhân duyên thì
không có cách nào để hiểu được giáo lý tánh Không."*

Phải công phu về tánh Không thế nào? Tánh Không là gì? Trước hết ta cần phải hiểu lý nhân duyên. Theo giáo lý duyên khởi tất cả vạn pháp đều phụ thuộc lẫn nhau. Nếu người tu không hiểu lý nhân duyên thì không có cách nào để hiểu được giáo lý tánh Không. Tánh Không thậm thâm thật khó mà chứng ngộ, vì vậy mà người tu phải dựa vào việc hiểu tâm bồ đề và tâm từ bi. Một người hiểu sâu sắc, đúng đắn về tâm bồ đề và tâm từ bi thì có nhiều cơ duyên thấu đạt chân nghĩa của tánh Không.

Về ý nghĩa của lý nhân duyên? Như Thầy đã nói ở trên, sự sinh tồn của mọi thứ phụ thuộc vào những thứ khác, mọi thứ đều phụ thuộc lẫn nhau. Không có một pháp nào độc lập. Không có một pháp nào tồn tại không phụ thuộc vào các pháp khác. Mọi thứ để thành trụ đều phải nương vào các thứ khác. Điều đó có nghĩa là vạn pháp đều không có tự tánh. Vạn pháp đều thành trụ không phải nhờ tự tánh của chúng mà nhờ các duyên, nhờ các pháp khác.

"không có cái ngã tự thân tồn tại độc lập.
Ngã có tánh phụ thuộc."

Nhưng chúng ta không hiểu điều này và ta tưởng rằng ta thành trụ là do chính bản thân mình. Ta tưởng rằng ta độc lập và từ đó mà nuôi tâm cống cao ngã mạn. Đó là chấp ngã. Ta tưởng là ta thành trụ tự thân nào ngờ ta thành trụ được là do nhiều yếu tố, nhiều duyên [tụ hợp lại]. Nhưng thông thường chúng ta không nhìn thấy điều đó. Ta chỉ thấy cái hiển lộ ra ngoài [trên bề mặt] và điều này tạo nên rắc rối. Ta xem mình là trung tâm, thành tựu không bởi cái gì cả. Ta là trung tâm, ta là quan trọng, ta là quyền lực. Và ta muốn thâu tóm, muốn điều hành tất cả. Ta không thấy rằng sự sinh tồn của ta phụ thuộc vào chúng sinh khác. Ta chỉ thấy có ta và ta nói: Tôi, của Tôi, chính Tôi v.v. Tôi là quan trọng, Tôi là vua, Tôi là Chúa tể, Tôi là lãnh tụ v.v. Ta chỉ đang lầm mà thôi.

Theo tri kiến của Phật giáo chư pháp vô ngã. Điều này có nghĩa là gì? Có nghĩa là không có cái ngã tự thân tồn tại độc lập. Ngã có tánh phụ thuộc. Đời là ảo huyễn. Tại sao ta nói đời ảo huyễn như giấc mộng? Bởi vì nó phụ thuộc vào nhiều thứ. Khi mọi thứ *tụ* lại thì tạo thành một cái gì đó. Thứ đó giống như giấc mộng. Ví dụ, ngày hôm qua giống như giấc mộng. Ngày hôm qua khi nhiều thứ *tụ* lại thì có ngày hôm qua. Rồi thì nó tan biến. Bởi vì các thành tố, các duyên tạo thành ngày hôm qua *tán* nên nó cũng *tán*, nó tan biến. Ngày hôm qua tan biến như giấc mộng.

Tất cả mọi thứ đều như vậy. Cuộc đời này cũng như vậy. Vào thời điểm này ta thấy nó như thực. Ta nói: "Cái này xấu", "Cái này tốt" và đưa ra nhiều phán xét. Nhưng duyên biến dịch thì quả cũng biến dịch. Không có gì thường trụ và không bao giờ biến dịch. Vạn pháp đều biến dịch. Câu trả lời là: ngày hôm qua như giấc mộng, vạn pháp đều như vậy. Đó là thực tánh của vạn pháp. Không có sức mạnh nào giữ được chúng thường trụ. Đó gọi là lý nhân duyên.

TỪ BI - LÝ NHÂN DUYÊN

*"... ta cần phải tốt với nhau, từ bi với nhau.
Vì ta phụ thuộc vào nhau."*

Vậy nên con người phải phụ thuộc lẫn nhau. Chúng sinh hữu tình phụ thuộc lẫn nhau. Phụ thuộc như thế nào? Chúng ta [thoạt tiên] thấy người trong một nhóm nhỏ phụ thuộc lẫn nhau. Rồi bức tranh mở rộng dần, mở rộng dần … Rồi ta thấy cả vũ trụ sinh loài đều phụ thuộc lẫn nhau. Thấy và hiểu được sự kết nối này rất có lợi cho việc trưởng dưỡng tâm bồ đề của chúng ta. Bởi vì ta [sẽ thấy ta] cần phải tốt với nhau, từ bi với nhau. Vì ta phụ thuộc vào nhau. Đó là tri kiến của Phật giáo được gọi là lý nhân duyên.

Hiểu được điều này là một phương thức thâm diệu để chứng ngộ tánh Không. Đó chính là tánh Không. Nhưng chúng ta không biết, không thấy sự kết nối này. Ta không thấy nó vận hành một cách thâm diệu và vi tế ra sao. Chúng ta chỉ thấy mọi thứ ở cấp độ thô. Chúng ta chỉ thấy thực tại trên bề mặt mà không thấy chi tiết của nó. Vì vậy mà ta là kẻ trên-bề-mặt. Ta chỉ lang thang giữa sự vật hiện tượng *(vạn pháp)* mà không thể nào thấy được chân tánh của chúng.

Chúng ta không thấy được thật tánh của vạn pháp. Chúng ta chỉ thấy cái khung, cái phần vật-chất, cái thuộc về phần-bên-ngoài mà không thấy cái phần bên-trong, cái phần trong-thể-tánh. Vậy nên ta là kẻ phàm phu và tâm ta là tâm phàm phu. Do đâu ta thành kẻ phàm phu? Chính vô minh đã duyên cho việc đó. Vì không thấy sự kết nối, không thấy thực tánh mà ta có nhiều vô minh, vọng tưởng. Ta phải chỉnh sửa tâm mình. Ta phải biết Pháp.

Đó là tri kiến Phật giáo, là cách người tu Phật hiểu về [thực tại của] vạn pháp. Ý nghĩa của Pháp (Dharma) là gì? Pháp có tác dụng gì? Ý nghĩa của Pháp là ở chỗ Pháp là phương thuốc trị bệnh. Pháp là thuốc chữa lành, là duyên. Duyên này có tác dụng gì? Nó khiến cho điều gì đó xảy ra. Nó có sức mạnh.

TU TÂM

"Pháp chuyển hóa tâm và gia trì gia hộ."

Sức mạnh của Pháp (Dharma) là ở chỗ nào? Làm cho tâm ta tốt lành hơn. Tại sao tâm ta lại cần phải chuyển hóa thành tốt lành hơn nương vào năng lực chữa lành của Pháp? Như Thầy đã nói ở trên, tâm ta không hoàn hảo. Nó cấu uế. Vì vậy, nó luôn lầm lạc. Vì tâm ta không hoàn hảo nên ta phải chuyển hóa nó. Vậy Pháp có thể làm được gì? Điều phục cái tâm điên đảo cho nó thành thuần tịnh hơn. Đó được gọi là Pháp.

Khi tâm ta nhu nhuyến, an hòa, thanh tịnh hơn tức là lúc Pháp đang thấm. Khi điều đó xảy ra tức là ta đang tu tốt. Tuy nhiên, lắm khi ta nói rằng ta tu Phật, rằng ta có tín tâm nơi Pháp Phật nhưng hình như Pháp chẳng chuyển được tâm tánh của ta. Tâm ta vẫn bất trị, hung hãn, dữ dằn. Khi người ta chất chứa trong tâm nhiều sân hận, điên đảo, dữ dằn thì có nghĩa là việc tu của họ không tốt đẹp. Vì vậy mà phải hiểu ý nghĩa đích thực của Pháp (Dharma) và thực hành đi thực hành lại nhiều lần. Khi ta gặp rắc rối, sân hận, tham luyến hay ganh ghen đố kỵ, khi phiền não khởi trong tâm thì đó là lúc ta cần Pháp hơn bao giờ hết. Đó là cách mà ta áp dụng Pháp vào cuộc sống hàng ngày để thuần hóa tâm điên đảo của mình.

Pháp có hai phẩm tánh: 1. điều phục tâm, 2.cứu ta thoát luân hồi. Tóm lại Pháp chuyển hóa tâm và gia trì gia hộ. Khi một người tu đạo chân chánh tức là người đó đang nỗ lực đoạn phiền não, tránh ác đạo, vượt thoát luân hồi. Hai việc đó làm nên một người tu đạo hoàn hảo.

Phiền não là gì? Có nhiều loại phiền não nhưng thông thường được chia ra thành tam độc hoặc ngũ độc. Có ba hoặc năm loại tâm độc là nhân của đủ mọi loại phiền não trong tâm ta.

"Chúng ta luôn luôn né tránh không nhìn xem cái gì đích thực đang diễn ra trong tâm mình."

Chắc ai cũng thấy chúng ta đã nghe chuyện này hàng nghìn, hàng trăm nghìn lần rồi. Càng nghe thì ta lại càng bỏ ngoài tai. Tại sao ta lại làm như vậy. Tại sao ta lại muốn bỏ ngoài tai đề tài quan trọng này? Vô minh quá sâu dày trong tâm khiến ta không muốn nghe *chuyện ấy*. Bởi vì nghe *chuyện ấy* là phải thấy cái dở trong tâm, phải mang tiếng xấu, phải mất thể diện - và đây là lý do chính khiến ta thấy không thích nghe những chuyện này. Khi có chuyện gì đó không ổn ta liền tự nhủ: " Ồ, ổn cả có sao đâu!" Khi ganh ghen đối kị nổi lên trong tâm thì ta liền tự nhủ: "Ai ấy chứ có phải mình đâu ..."

Chúng ta luôn né tránh không nhìn xem cái gì đích thực đang diễn ra trong tâm mình. Đó gọi là vô minh, là sức mạnh của vô minh. Nó ngăn không cho ta thấy chân tánh của thực tại. Vì thế mà ta mãi lăn lóc trong luân hồi. Ta muốn mãi làm kẻ phàm phu như bây giờ. Thử hỏi ta có thực sự muốn thay đổi chăng? Chúng ta phải thay đổi. Phải cố gắng hiểu những điều này và thay đổi.

SÂN HẬN

"Sân hận, ác tâm chỉ để thêm rắc rối, hận thù."

Sinh nơi cõi Dục giới dĩ nhiên tâm ta đầy tham dục. Nếu đó là những nhu cầu thiết yếu thì không sao. Ta không thể đoạn diệt những nhu cầu đó. Vấn đề rắc rối của con người là ta có quá nhiều tham dục và tham quá nhiều thứ. Tu Phật là giảm bớt tham luyến, phiền não. Không thể ngay lập tức đoạn diệt tham luyến, phiền não, nhưng Pháp giúp ta giảm dần dính mắc. Thật vô ích nếu tu mà cứ ngày càng tích thêm tham luyến, bám chấp. Là người tu ta cần phải hiểu như vậy.

Sân hận không đem lại điều gì tốt lành. Tức giận, hận thù bao giờ cũng rất tệ hại. Nó chỉ gây đau khổ. Những nhu cầu cần cho sinh tồn thì không thể thiếu: ta cần cái ăn, cái mặc v.v. Nhưng sân hận lại là chuyện khác. Sân hận, ác tâm bao giờ cũng rất xấu. Tuyệt đối không có ích. Vì vậy, ta phải đoạn tuyệt với sân giận, ác tâm. Thù hận chỉ gây thêm nhiều đau khổ, nhiều rắc rối phức tạp, nhiều chuyện khó chịu giữa con người với nhau. Đây là tâm xấu, vô ích, dư thừa – ta không cần nó.

Thế nhưng, tâm ta tự nó luôn đầy phiền não, không dễ gì đoạn diệt. Vì vậy, ta phải hết sức cố gắng giảm phiền não để trở nên hiền hòa hơn, cảm thông hơn, nhu nhuyến hơn, nhân hậu hơn. Điều đó tốt lành, không chỉ cho ta mà còn cho cả mọi người, cho môi trường mình sống.

Tu Phật chúng ta phải cố gắng hết sức mình để hiểu được sân hận, ác tâm xấu biết chừng nào; và không sân hận, ác tâm là tốt biết chừng nào.

"... việc tu đạo đôi khi lại đem tới đủ thứ chuyện, nó khiến ta sanh tâm ganh ghen đố kị."

Chúng ta có nhiều chuyện để nói. Thầy có thể thấy nhiều chuyện nơi tâm quý vị, chỉ ra và chỉnh sửa. Đó là chuyện của người. Con người luôn nhiều chuyện, và chuyện người thì dễ nhìn ra. Nhưng nhìn ra được chuyện của ta thì thật thiên nan vạn nan. Mong rằng ai cũng sẽ thay đổi nhiều nhờ tu đạo. Ta cần thay đổi thế nào? Cần chuyển biến tới mức người ngoài nhận thấy được. "Mười năm trước, tôi đầy phiền não, tâm lượng nhỏ nhen, hẹp hòi. Nhờ tu đạo nên tâm giờ đây rộng mở hơn, cảm thông và chấp nhận nhiều hơn." Thật lành thay khi ai đó nói được như vậy.

Đáng tiếc, với nhiều người sự việc có vẻ theo chiều ngược lại. Việc tu đạo đôi khi đem tới đủ thứ chuyện, nó khiến người ta sanh tâm ganh ghen đố kị. Từ đó mà sinh nhiều bất hạnh và họ giờ đây dễ nổi giận hơn trước nhiều. Họ vì thế mà không thể hiểu và cảm thông như tước đây. Đó là điều không tốt lành. Và, chắc chắn đó không phải là cái ta mong muốn.

Chúng ta mong mỏi cái khác ở người tu. Tâm rộng mở hơn, kham nhẫn hơn, từ bi hơn, hiền hòa hơn. Cần phải hiểu đối với người tu Phật đó là chuyện duy nhất quan trọng, chứ không phải chuyện gì khác. Chúng ta có bao nhiêu tiền ư? Có thì tốt, không cũng không sao. Ta có bao nhiêu tình thương? Điều đó rất quan trọng. Ta cảm thông tới đâu? Rất quan trọng. Ta sân hận cỡ nào? Không tốt. Thực ra là xấu. Ta hám tiền cỡ nào? Không tốt.

Khi ai đó làm nhiều việc thiện và nỗ lực sửa tâm làm người tốt thì, Thầy nghĩ, những điều tốt đẹp sẽ tự nhiên tới với người đó. Chúng ta không cần phải cố cho được may mắn như họ, cố ép cho những điều tốt lành xảy ra với ta. Ví dụ, khi một người đã tịnh hóa nghiệp và tích lũy công đức thật tốt thì những điều tốt lành tự nhiên sẽ đến với người đó. Ta cần phải hiểu như vậy.

LÀM NGƯỜI TỐT

" ... đức tính trung thực là điều cần trước tiên."

Khi Phật thành đạo Ngài không truyền Pháp cho tất cả mọi người mà chỉ có một ít đệ tử. Ngài chọn một số rất ít kẻ may mắn và truyền Pháp. Tại sao Phật làm như vậy? Bởi vì Pháp có cứu được bạn hay không phụ thuộc vào chính bạn, vào việc bạn là người tốt hay không. Điều đó phụ thuộc vào việc bạn có là một người tu tốt, một con người tốt hay không.

Vậy nên, để làm người tu đạo tốt trước hết ta phải là một người tốt. Đâu là cái duyên làm nên một người tốt. Tất nhiên, đức tính trung thực là điều cần trước tiên. Phẩm chất này rất quan trọng. Kẻ không trung thực, luôn gian dối lừa người thì không có duyên làm người tu chân chính. Sân hận và ác tâm không phải là duyên để làm người chân tu. Một người tu đạo chân thực phải từ bi và trung thực.

Và trí tuệ cũng rất quan trọng. Nếu không có trí tuệ để

hiểu Pháp thì cũng không thể tu đạo. Vì vậy trí tuệ rất cần thiết. Nhưng thông minh phải đi kèm với đức tính trung thực chứ không phải ngược lại. Những yếu tố căn bản này rất quan trọng đối với những người tu Phật. Thiếu những duyên căn bản này thì khó có thể nghĩ tới việc tu.

VẤN ĐÁP

Hỏi: Con tu pháp Tịnh Độ của Hiển giáo, nay con có thể chuyển sang tu Kim Cương Thừa được không ạ?

Trả lời: Không nói "chuyển" mà nói "tu Hiển cùng với tu Mật". Bởi vì Hiển Mật liên hệ mật thiết và giữa hai bên luôn có sự gắn kết. Không cần phải chia tách hai bên ra hoàn toàn. Tu pháp Kim Cương thừa hành giả quán tưởng chư Phật, chư vị Bồ tát trong Hiển giáo. Trong pháp Tịnh độ Hiển giáo các bạn quán tưởng Phật A Di Đà, nghĩ về Ngài và các phẩm tánh của cõi Tịnh Độ A Di Đà. Trong Kim Cương thừa bạn cũng quán tưởng đức A Di Đà. Bởi vì có ngũ bộ Phật trong Kim Cương thừa. Như vậy là cả Hiển và Mật ta tu cùng nhau.

Lần chuyển Pháp luân đầu tiên Đức Phật dạy Tứ Diệu Đế. Đó là tên gọi trong Kinh thừa. Trong Kim Cương thừa có *Bốn Niệm chuyển tâm* tức là pháp tu tiên yếu (ngoại), cũng giống như pháp Tứ Diệu Đế. Bất luận Mật hay Hiển cũng đều bắt đầu từ pháp tu này. Người tu phải quán chiếu *Thân người quý báu khó gặp, Cuộc đời vô thường, Nhân quả,* và *Khổ trong luân hồi.* Tư duy, quán chiếu, hiểu và thực hành pháp này – đó chính là nền tảng căn bản trong Kim cang Thừa. Chúng ta cần phải hiểu như vậy.

Hỏi: Con xin hỏi một câu mà nhiều người quan tâm. Để tu người ta xuất gia. Vậy xuất gia là gì? Tại sao lại phải xuống tóc.

Trả lời: Để trở thành một người tu Phật không nhất thiết phải xuất gia thành tu sĩ. Nhiều người muốn xuất gia làm tăng hoặc ni để có một cuộc sống đơn sơ, có nhiều hơn cơ duyên để trở thành người tu đạo chân chánh và thậm chí được gần hơn với con đường của Đức Phật. Như vậy ý nghĩa chính yếu là giảm bớt tham luyến trong tâm bằng cách từ bỏ nhiều thứ trong cuộc đời này. Làm tăng hay ni không chỉ mang ý nghĩa bên trong mà còn có ý nghĩa bên ngoài. Người xuất gia muốn khác với người tại gia. Người tại gia mặc quần áo bình thường còn tăng ni khoác y áo người tu may theo kiểu riêng. Họ cạo tóc để làm cho cuộc sống giản dị hơn. Có tóc bạn phải gội đầu và cắt tóc. Tốn ít nhất 10 hay 15 phút mỗi ngày. Còn chúng tôi không có tóc *(cười)* và như vậy cuộc sống đơn giản hơn, đỡ hao tốn công sức. Lý do mà ba chúng tôi cạo tóc rất đơn giản là vì khí trời ở Việt Nam quá nóng.

Hỏi: Nếu con muốn quán tưởng mình là một vị Phật hay Bổn tôn thì có cần phải nhận quán đảnh từ Bổn sư hay không? Vì con nghe nói nếu quán tưởng mà chưa nhận quán đảnh thì mắc tội. Nếu con muốn quán tưởng Ngài thì có thể thọ nhận nghi lễ không ạ?

Trả lời: Kim cang Thừa đòi hỏi phải thọ quán đảnh, giáo lý và truyền lung (khẩu truyền) để có thể tu pháp bổn tôn hay bất cứ pháp nào khác. Vì vậy câu trả lời là "có". Tuy nhiên nếu một người chưa gặp duyên thọ quán đảnh từ một vị Kim cương Thượng sư nhưng người đó muốn tu và có tâm thiết tha tu pháp Kim cang Thừa thì, theo Thầy, người đó có thể tu. Người đó có thể tu bổn tôn hoặc trì chú. Nhưng tốt nhất vẫn là dựa trên những điều kiện đã nêu.

Về câu hỏi thứ hai. Thầy không có phương tiện gì để truyền quán đảnh lần này. Lễ quán đảnh cần nhiều thứ: các chất liệu, mạn đà la và các thứ khác. Lần trước có hai vị tăng: Dawa và Nyima. Họ có tất cả mọi thứ. Họ có nghi quỹ, họ có các chất liệu v.v. Nếu có những thứ này thì thầy sẽ nói "có". Nhưng vì không có nên thầy nói "không" *(cười)*.

Hỏi: Thưa Thầy, con muốn có việc làm tốt để có phương tiện cúng dường Tam Bảo, chư tăng, có phương tiện để làm từ thiện như ấn tống kinh sách. Như vậy có phải là tham không ạ?

Trả lời: Đối với các bạn những người có gia đình, sống trong xã hội, có cuộc sống bình thường thì có công ăn việc làm việc là điều quan trọng. Chúng tôi tán đồng và chấp nhận. Chúng tôi, tăng và tăng chúng, cầu mong mọi người có công ăn việc làm tốt và có cuộc sống đầy đủ. Thế nhưng, tâm con người hay dời đổi. Nhiều người lúc đầu nghĩ: "Nếu ta có nhiều tiền ta sẽ làm cái này cái nọ". Nhưng khi có rồi thì họ lại bảo: "Ta muốn nhiều hơn. Ta phải làm nó sinh sôi thêm". Rốt cuộc tâm tham cứ thế mà phình ra.

Hỏi: Khi con nghe Thầy giảng về những nhân duyên dẫn tới giác ngộ thì yếu tố Pháp gây ấn tượng sâu sắc nhất. Xin Thầy giảng thêm cho con về yếu tố Guru. Con nghĩ đây là yếu tố quyết định.

Trả lời: Đúng, một vị thầy có đầy đủ phẩm tánh là rất quan trọng. Nhưng thầy nghĩ chúng ta còn nhiều dịp để nói về đề tài này. Khi đó sẽ đàm luận nhiều hơn. Các bạn ngồi nghe Pháp đã lâu và rất kiên nhẫn. Bây giờ thì nên nghỉ. Nếu bài pháp hay thì xin các bạn hãy nhớ những gì thầy nói. Đừng quên đưa nó vào thực hành để giải quyết những vấn đề của tâm mình. Xin nhớ rằng không phải việc gặp thầy mà việc nghe lời thầy mới đem lại lợi lạc. Xin cám ơn các bạn. Chúc các bạn một buổi tối tốt lành, bữa cơm chiều vui vẻ, và giấc ngủ bình yên.

(hết bài giảng ngày 10.10.2012)

(Giảng ngày 12.10.2012)

PHÁP

*"Pháp luôn là đức hạnh
ở cả phần đầu, phần giữa và phần cuối."*

Trong các bạn nhiều người đã biết văn hóa Tây Tạng, Phật giáo Tây Tạng, đã gặp các lạt ma Tây Tạng và thọ giáo lý. Các bạn ấy đã biết truyền thống Tây Tạng. Tuy nhiên, hai truyền thống Tạng và Việt có những khác biệt, nên chúng ta vẫn có những điều mới mẻ để cùng chia sẻ. Các bạn có thể học và thầy cũng học thêm điều gì đó. Đây là một cách học hỏi lẫn nhau rất bổ ích.

Mặc dầu thuộc hai truyền thống khác nhau, chúng ta vẫn chung cách hiểu về đạo Phật và Pháp của Phật. Pháp là gì? Pháp là thiện hiền[1] và Pháp chuyển hóa mọi thứ thành thiện hiền, thành thanh tịnh. Pháp luôn là

---
[1] Thiện (Phạm: Kusala): Chỉ cho pháp thanh tịnh ... mang lại lợi ích cho mình và người trong đời hiện tại và đời vị lai.... hễ hợp với giáo lý Phật giáo thì đều được gọi là "Thiện". (Phật Quang Đại Từ Điển, tập 5)

đức hạnh². Pháp luôn là đức hạnh ở cả phần đầu, phần giữa và phần cuối. Pháp là như vậy.

Cái gì làm cho Pháp là đức hạnh cả phần đầu, phần giữa và phần cuối? Đó là tâm Bi, tâm Bồ đề và Thiện Hạnh (Good Action). Những phẩm tánh này làm cho Pháp đức hạnh cả phần đầu, phần giữa và phần cuối.

Có những nét tương đồng giữa các truyền thống, các tôn giáo khác nhau. Ví dụ, các truyền thống khác cũng nói về tánh Không, các truyền thống khác nhau đều coi trọng tình thương yêu. Nhưng cách Phật giáo quan niệm về tâm bi mẫn sâu rộng hơn, và đúng. Bởi vì người tu Phật coi tất cả chúng sinh hữu tình quan trọng như nhau. Một số tôn giáo khác coi con người là quan trọng nhất, còn chúng sinh khác không mấy quan trọng. Con người là chúa tể và chúng sinh khác tồn tại vì lợi ích con người.

Đạo Phật không quan niệm như vậy. Chúng ta coi tất cả hữu tình chúng sinh quan trọng như nhau vì tất cả đều có Phật tánh. Tất cả chúng sinh đều nương vào nhau, phụ thuộc lẫn nhau để tồn tại. Tất cả đều muốn sống, muốn hạnh phúc. Vì vậy, tất cả hữu tình chúng sinh đều rất quan trọng theo quan điểm của Phật giáo.

Tại các tu viện Tây Tạng, chư tăng phải học 5 môn *(ngũ minh học)*. Đây là sự khác biệt giữa hai truyền thống

---

² Thiện (Phạm: Kusala): Chỉ cho pháp thanh tịnh ... mang lại lợi ích cho mình và người trong đời hiện tại và đời vị lai.... hễ hợp với giáo lý Phật giáo thì đều được gọi là "Thiện". (Phật Quang Đại Từ Điển, tập 5)

Tây Tạng và Việt Nam. Ở các tu viện Tây Tạng chư tăng phải học 5 môn, thứ nhất là logic học. Ở Tây Tạng môn học này rất quan trọng. Họ học giáo lý Trung quán, giáo lý Bát nhã Ba la mật, giáo lý A Di Đà và Giới luật của truyền thống Tiểu thừa.

Tây Tạng là đất nước Phật giáo. Đa số người dân ở đây là Phật tử có tâm đạo thành tín. Họ cũng thọ giáo lý và tu trì nhưng không học tập, nghiên cứu nhiều. Vì phải nuôi gia đình, vì có nhiều công việc, trách nhiệm phải lo toan nên họ không có nhiều thời gian để hành trì như chư tăng ni. Các đạo sư cũng dạy giáo lý cho họ, nhưng cách dạy đơn giản hơn. Các ngài dạy những gì thực tế, hữu ích và thật sự cốt tủy. Luôn luôn các ngài nói về Từ, Bi và Nhân quả. Đây là những chủ đề rất quan trọng cho dân chúng và cho người tu tại gia ở Tây Tạng.

"Pháp dễ nói mà khó làm.
Vì lẽ đó mà tất cả các bậc thầy
cứ dạy đi dạy lại mãi vẫn cùng một thứ ..."

Nói chung, khái niệm "học giả" là một thứ khác xa với khái niệm "hành giả". Có nhiều học giả tuy thông tuệ, uyên bác nhưng vẫn lăn lóc trong luân hồi, thậm chí không có khả năng tự đoạn diệt phiền não. Chỉ hiểu biết giáo lý thôi chưa đủ. Để thành người tu đạo đích thực ta phải thực hành. Phải nuôi dưỡng tâm Bi, phải chuyển hóa tâm, xa lìa phiền não, vọng tưởng phân biệt. Đây là con đường duy nhất để thành người tu chân chính.

Những ai quyết lòng chân tu, nhất thiết phải đi con đường này. Phải chọn con đường của Pháp chân thực. Bằng không, quý vị có thể là một học giả uyên bác, nhưng vẫn mãi lăn lóc trong sinh tử, vẫn đau khổ, vẫn không được tự do.

Để chân thực tu đạo, ta cần phải biết: Pháp dễ nói mà khó làm. Vì lẽ đó mà tất cả các bậc thầy cứ dạy đi dạy lại mãi vẫn cùng một thứ, nhắc đi nhắc lại mãi cho đệ tử vẫn cùng một thứ. Họ có lý do chắc chắn để làm như vậy.

"Tu pháp A Di Đà
chỉ trì chú thôi không đủ."

Ở Tây Tạng, từ người dân cho tới các hành giả, ai cũng biết pháp Tịnh độ A Di Đà. Ở Việt Nam và Trung Quốc cũng có pháp Tịnh độ. Ở Tây Tạng, pháp A Di Đà rất phổ biến và rất quan trọng. Pháp tu này rất tốt, đơn giản nhưng có sức mạnh rất lớn mà người tu nên theo. Do căn cơ và hoàn cảnh chúng ta rất khó đạt được giải thoát ngay trong một đời. So với việc đó thì vãng sanh Tịnh độ là con đường dễ hơn. Vì vậy, tu pháp Tịnh độ là rất tốt.

Nơi cõi Tịnh độ vắng bặt những vấn đề mà chúng ta phải đối mặt trong thế giới này – những thứ có trong tâm và trong thân chúng ta. Trong chữ "Dewachen" thì "De" có nghĩa là "lạc" – đối lập với "khổ". Cõi Cực lạc có nhiều phẩm tính thù thắng nên nhiều người muốn vãng sinh về đó. Và họ trì chú A Di Đà hoặc niệm hồng danh của Ngài. Đây là nhân duyên để vãng sanh Tịnh độ. Nhưng chỉ niệm hồng danh đức A Di Đà thôi chưa đủ. Có bốn nhân duyên vãng sanh cõi Cực lạc ta cần phải biết.

Bốn nhân duyên này được Đức Thích Ca Mâu Ni tuyên thuyết trong kinh A Di Đà. Nhân duyên thứ nhất gọi là "trợ duyên", tức là hỗ trợ cho việc tu pháp A Di Đà. Chúng ta phải quán tưởng đức A Di Đà. Chúng ta phải biết thân tướng của Ngài ra sao, Ngài khoác y áo gì. Cần phải biết rõ ràng bổn nguyện của Ngài và cõi Cực lạc. Có nhiều lời nguyện vãng sanh Tịnh độ. Một trong những lời nguyện phổ biến nhất, đơn giản, dễ tụng và rõ ràng nhất là lời nguyện của Ngài Kama Chagme, đã dịch sang tiếng Anh, tiếng Hoa và tiếng Việt. Nó có oai lực lớn và rất lợi lạc.

Phật A Di Đà trong truyền thống Hiển giáo thường có sắc đỏ, một mặt, hai tay. Ngài khoác ba y Tì kheo, ngự trên bảo tòa dưới cội Bồ đề với đầy đủ các món trang nghiêm thân Phật. Bồ Tát Ma ha tát Quán Thế Âm ở phía bên phải Ngài, và Đại Thế Chí Bồ Tát ở phía bên trái. Có hàng trăm ngàn vị Bồ tát và chư Thánh tôn của cõi Cực lạc vây quanh

Ngài. Hãy nghĩ về đức A Di Đà và quán tưởng Ngài đang ở phía trước mặt mình.

Tu pháp A Di Đà chỉ trì chú thôi không đủ. Như đã nói ở trên, cần phải luôn tỉnh giác về động cơ của mình và các vọng niệm trong tâm. Khi tu pháp A Di Đà hành giả phải tập trung tâm ý vào pháp quán tưởng. Nhưng ta thường không làm như vậy. Đa số chúng ta đều có rất nhiều ý nghĩ, nhiều vọng niệm khởi lên trong tâm, vừa trì chú vừa nghĩ về đủ thứ chuyện, như chồng, vợ, con cái v.v. Như vậy không tốt. Vì vậy, cần phải giữ định tâm. Làm sao có được định tâm? Tập trung vào việc quán tưởng Phật A Di Đà và cố gắng không xao nhãng việc ấy.

Nhân duyên thứ hai là tu tịnh hóa nghiệp và tích lũy công đức trước đức A Di Đà. Phải thực hiện việc này như thế nào? Có nhiều cách. Kinh A Di Đà dạy rằng có thể tu Thất chi nguyện: lễ lạy, cúng dường, sám hối, tùy hỉ, thỉnh Đức Bổn Sư hoặc chư Phật chuyển pháp luân, thỉnh các ngài trụ thế, và hồi hướng.

Đây là nền tảng căn bản: nuôi dưỡng tâm Bồ đề và tâm Bi. Chỉ trì chú thôi không đủ, mà phải nuôi dưỡng tâm Bồ đề. Ta làm như vậy không chỉ cho riêng mình, mà cho tất cả chúng sinh. Tâm Bồ đề chính là động cơ. "Bodhi" có nghĩa là "giác ngộ", còn "cita" có nghĩa là "tâm". "Bodhicita" có nghĩa là "tâm giác ngộ". "Tâm giác ngộ" là như thế nào? Nó rất thanh tịnh. Tại sao lại nói tâm ấy thanh tịnh? Bởi vì tâm chúng ta không như vậy. Tâm chúng ta đầy ô nhiễm, đầy ích kỉ, và đầy những ý nghĩ vị kỷ. Vì thế, nó không thanh tịnh. Tâm các bậc tối tôn như Phật A Di Đà, đức Quán Thế Âm thì tuyệt đối thanh tịnh. Các ngài không ích kỷ mà luôn nghĩ tới chúng sinh. Còn chúng ta thì luôn nghĩ đến mình. Chúng ta phải nuôi vun bồi tâm bồ đề. Làm thế nào để vun bồi tâm ấy? Chúng ta phải nghĩ tới chúng sinh, mong ước họ được thoát luân hồi, viên thành Phật đạo.

Nhân duyên thứ tư gọi là "giúp đỡ" cho pháp tu. Cần phải phát nguyện: "Nguyện con vãng sanh Tịnh độ. Nguyện hết thảy hữu tình chúng sinh vãng sanh Tịnh độ." Chúng ta lặp đi lặp lại lời nguyện như vậy nhiều lần. Phải phát nguyện với quyết tâm mãnh liệt, sau đó hồi hướng công đức này cho tất cả chúng sinh vãng sanh Tịnh độ. Đây là bốn nhân duyên vãng sanh Tịnh độ.

Tâm bi mẫn và tâm bồ đề rất quan trọng đối với pháp tu A Di Đà. Phát triển các phẩm tánh này là rất quan trọng, rất lợi lạc. Các phẩm tánh này lợi lạc không chỉ trong việc tu, mà còn giúp ta giải quyết các vấn đề khác nữa. Ta thấy có người không có chút lòng tốt hay tâm bồ đề. Những người này không hạnh phúc và những việc bất như ý luôn xảy ra với họ. Hầu như lúc nào họ cũng trong tâm trạng xấu, họ có thể rất hung dữ hoặc rất ích kỉ. Tâm bồ đề và tâm bi mẫn giúp ta giảm bớt những phiền não ấy. Những phẩm tánh này làm cho tâm ta trong sáng, cho ta thành người thiện hiền, từ hòa, được mọi người trân quý, khâm phục và noi gương. Chúng ta không muốn giống làm người xấu tính, ác tâm, và hung dữ. Vì vậy, lòng bi mẫn, lòng tốt và tâm bồ đề là những phẩm tánh mà ta cần cố gắng nuôi dưỡng.

PHÁP TU

*"Nếu hành giả muốn pháp tu nhằm
khai thị Phật tánh thì phải tu ngondro trước."*

❈

Hỏi: *Đạo Phật ra đời cách đây 2556 năm. Tại sao đến nay lại có nhiều tông phái ra đời. Ngay khi Đức Phật còn tại thế có nhiều tông phái như hiện nay không?*

Trả lời: Sự thật đúng là như vậy. Truyền thống Phật giáo ở Ấn Độ có bốn dòng phái chính. Các dòng phái này lại chia thành các nhánh, ví dụ như Trung quán tông có bốn nhánh nhỏ. Hiện tượng này là bình thường vì giáo lý Phật bao la, rộng lớn cho nên cách mà con người hiểu giáo lý ấy cũng rất khác nhau; từ đó mà phát sinh ra các dòng phái. Tuy nhiên các dòng phái đều cố gắng đạt tới cách nhìn đúng đắn về giáo lý Phật đà. Vì vậy nhiều dòng phái cũng không đáng ngại. Căn cơ của con người rất khác nhau nên sinh ra nhiều dòng phái, nhưng mục đích thì chỉ một: đạt tới giải thoát. Tại sao có nhiều dòng phái? Câu trả lời là: bởi vì có nhiều loại nghiệp khác nhau.

Hỏi: Người tu Kim cang Thừa có bắt buộc phải qua ngondro không? Nếu không tu ngondro mà tu các pháp khác, như pháp Dược Sư, Tara, hay A Di Đà thì có được không ạ?

Trả lời: Tại sao lại có Kim cang thừa? Kim cang thừa dành cho những ai có cơ duyên vượt thoát sinh tử trong một thời gian ngắn hơn. Có nhiều cấp độ giáo lý, nhiều pháp tu trong Kim cang Thừa, như Đại Thủ ấn, Đại Viên mãn. Để tu Đại Thủ ấn hay Đại Viên mãn phải qua pháp tu tiên yếu (ngondro). Đây là pháp chuẩn bị nhằm tạo nhân duyên cho người tu đạt tới cứu cánh. Thiếu những nhân duyên ấy thì việc đạt chứng ngộ hầu như không thể được. Vậy nên, ngondro quan trọng hơn đối với những hành giả đó. Tóm lại câu trả lời là "có". Còn để các pháp, như pháp Tara hay pháp Dược Sư, thì yêu cầu đối với người tu chỉ là thọ quán đảnh, thọ giáo lý, và những chỉ dạy về pháp tu. Chỉ cần như vậy là có thể tu được rồi. Nhưng đối với giáo lý về chân tánh của tâm thì không như vậy. Nếu hành giả muốn pháp tu nhằm khai thị Phật tánh thì phải tu ngondro.

Hỏi: Trong Kim cang Thừa có các Bổn tôn (Yidam) khác nhau vậy làm sao con biết được con phù hợp với Bổn tôn nào?

Trả lời: Câu hỏi này rất phổ biến. Có nhiều người hỏi như vậy. Không dễ đưa ra câu trả lời "hãy làm cái này" hay "hãy làm cái kia". Làm sao để quyết định nên tu Bổn tôn nào? Có một số cách để xác định, ít ra là hai. Thứ nhất, Đức Bổn Sư giới thiệu Bổn tôn cho đệ tử. Thứ hai, việc này xảy ra một cách tự nhiên. Có người nghĩ: "Ồ, Bổn tôn này hợp, mình rất thích tu." Hoặc là một số người nằm mơ, còn một số khác thì có cảm giác đặc biệt khi vừa nghe đến tên Bổn tôn. Đó là hai cách chính để chọn Bổn tôn, hai loại nghiệp chính.

Ngoài ra, có một cách rất phổ biến để hiểu về chư Phật và chư Bổn tôn. Tất cả chư Phật, chư Bổn Tôn có vô lượng Từ, Bi, Trí, Tuệ, vô lượng Đại Lực cứu độ chúng sinh. Vì vậy, hành trì bất cứ pháp Bổn tôn nào cũng đem lại nhiều lợi lạc và nhiều điều tốt đẹp sẽ đến. Có pháp của Phật Vô lượng Thọ, Phật Dược Sư, Phật của Hạnh, Phật của Tuệ. Ai muốn trường thọ thì tu pháp Phật Trường thọ Amitayus. Tu pháp này có thể đạt giải thoát. Người muốn thành công trong đời thường, như trong kinh doanh, có thể tu pháp Lục độ Mẫu Tara hoặc pháp Bảo tạng Chủ Orgyen Dzambhala. Người muốn có trí tuệ nên tu pháp Văn Thù Sư lợi, Diệu Âm Thiên nữ Sarasvati. Đó là cách chọn Bổn tôn rất phổ biến.

GIỚI

❋

"Tu Kim cang Thừa, hay tu Phật nói chung, đều chính là tu giới."

❋

Hỏi: *Hiện nay Phật tử không biết 14 Mật nguyện của Kim cang Thừa. Xin Thầy giảng và truyền giới cho chúng con.*

Trả lời: Ai cũng thích thề thốt (take vows). Nhưng thiên hạ không ai thích giới nguyện cả *(cười)*. Đây là một đề tài lớn. Tu Kim cang Thừa, hay tu Phật nói chung, đều chính là tu giới. Ví dụ, khi thầy nói về pháp Tịnh độ thì bốn nhân duyên vãng sanh Tịnh độ chính là một loại giới. Bởi vì nếu ta không làm đúng như vậy thì không thể thành tựu; và rồi sẽ nảy sinh nhiều rắc rối. Còn nếu làm được thì bạn sẽ thành tựu. Vậy nên nói rằng [tu] Kim cang Thừa hay việc tu [nói chung], tất cả đều là việc tu giới. Mười bốn Mật nguyện trong Kim cang Thừa rất quan trọng, nhưng đề tài này cần có nhiều thời gian hơn.

Giới có nghĩa là gì? Ý nghĩa của giới là phát lời thề rằng ta sẽ làm việc này, việc nọ. Khi một ai đó nói: "Tôi tu tâm bi" thì giới người đó thọ là: không nổi giận, không hung dữ, không thù ghét. Tâm thù hận, sân giận và ích kỉ là chướng duyên cho việc tu tâm bi. Tóm lại, [thọ] giới có nghĩa là nói rằng: "Tôi sẽ làm thế này, tôi sẽ không làm thế kia."

Khi một ai đó nói: "Tôi tu Kim cang Thừa" thì điều này có nghĩa gì? Điều này có nghĩa là: "Tôi sẽ trụ trong tánh, trong tâm thanh tịnh." Đây là ý nghĩa tổng quát của Kim cang Thừa. Giới người đó tu là: "Tôi sẽ không khởi ý nghĩ tiêu cực, bất tịnh về những người khác, về các sự vật, hiện tượng." Đây là một trong những thực hành chính yếu của Kim cang Thừa. Có nhiều giới nhưng người tu có thể chỉ cần trì một, hai hoặc ba giới thôi. "Tôi sẽ [luôn] thấy Đức Bổn Sư là một vị Phật. "Tôi sẽ làm theo ý chỉ của Ngài." "Tôi sẽ cố gắng trụ trong Tuệ, trong tâm của Guru."

Trong tiếng Phạn "giới" là "samaya". Nghĩa của nó là "giữ lời cam kết". Trong tiếng Tạng thì "giới" là "tamsit". "Tam" có nghĩa là: "Tôi sẽ làm điều này hay điều kia." Và sau đó bạn phải giữ lời hứa. Đó là "tamsit". Đó là "samaya". Khi ai đó nói: "Tôi tu Phật." Bạn hỏi: "Tu Tiểu Thừa hay Đại Thừa?" Nếu người ấy nói "Đại Thừa" thì đương nhiên có nghĩa là: "Tôi tu tâm bi." Đó là Đại Thừa, nên nói như vậy có nghĩa là: " Tôi thệ nguyện xem tất cả hữu tình chúng sinh như cha mẹ, thương yêu họ như mẹ hiền."

Giới nguyện rất quan trọng nhưng lại cũng chính là cái mà các bạn chẳng hiểu gì mấy. "Tôi đang tu tâm bi mẫn nhưng tôi cứ nổi sân hận ác tâm." Như vậy không được. Khi bạn nổi sân hận ác tâm với ai đó thì bạn đã phá giới rồi - giới của bồ đề tâm, của tâm bi.

*"Giáo huấn của Patrul Rinpoche
rất thẳng thắn, rõ ràng, minh bạch."*

Đây là cuốn "Lời Vàng của Thầy Tôi" của Ngài Patrul Rinpoche. Ngài là bậc đạo sư dạy bạn cách nuôi dưỡng tâm bồ đề, tâm từ, tâm bi, cách nhìn nhận đúng đắn về mọi sự vật hiện tượng và mọi người xung quanh. Chúng ta nên dành thời gian đọc cuốn sách này. Nó sẽ cho bạn những bài học rất bổ ích. Bạn sẽ thấy rất rõ ràng bạn ích kỷ ra sao, bạn sân hận tới mức nào. Khi đọc cuốn sách này bạn sẽ thấy điều đó rất dễ dàng.

Tác giả của cuốn sách này, Ngài Patrul Rinpoche, là một hành giả nổi tiếng. Ngài được mọi truyền thống của Phật giáo Tây Tạng thừa nhận. Thậm chí các bậc thầy vĩ đại đều một lòng tán thán rằng Ngài là một đại hành giả như Milarepa. Đức Đạt Lai Lạt Ma thường nhắc tới Ngài. Giáo huấn của Patrul Rinpoche rất thẳng thắn, rõ ràng, minh bạch. Ngài dùng từ ngữ rất giản dị để những người dân thường hiểu được. Thầy không biết bản dịch Việt ngữ ra sao nhưng trong bản tiếng Tạng thì lời dạy của Ngài rất giản dị, rõ ràng, trong sáng. Một phong cách dạy rất giản dị.

Patrul Rinpoche không giàu có và không nổi tiếng nhờ có nhiều đệ tử. Nhưng Ngài nổi tiếng vì phong cách [riêng] khác mọi người. Ngài rất thẳng thắn và khiêm tốn. Ngài phê phán tất cả những vị lạt ma cao ngạo. Đây là bức hình của Ngài. Nhiều người đặt câu hỏi liệu đây có phải là Patrul Rinpoche không. Bởi vì, vị lạt ma này mặc đồ rất đẹp nên họ cho rằng đó không phải là Ngài. Ngài thường trông như một hành khất.

Thầy đã nói về Patrul Rinpoche. Người tu, thuộc truyền thống hay dòng truyền thừa nào đi nữa, đều có thể lợi lạc rất nhiều nhờ đọc cuốn "Lời Vàng của Thầy Tôi." Cuốn sách này dạy cách chân tu Pháp Phật, cách tu hạnh xả li, trưởng dưỡng tâm bi và tâm bồ đề, cách hiểu về giới, hiểu cuộc đời, cách đối nhân xử thế và giải quyết các vấn đề trong cuộc sống của bạn. Có rất nhiều trí tuệ, tri thức và hiểu biết trong cuốn sách. Đây là một cuốn sách lớn cần phải đọc.

Như thầy đã nói ở trên, Patrul Rinpoche rất nổi tiếng. Mọi truyền thống Phật giáo Tây Tạng đều thừa nhận Ngài vĩ đại như Milarepa. Khai Mật tạng Vương vĩ đại Jamyang Khyentse Wangpo, một trong những Khai Mật tạng Vương quan trọng nhất của Tây Tạng, một bậc chứng ngộ rất cao trong lịch sử Tây Tạng, đã viết lời cầu nguyện cho Patrul Rinpoche. Ngài viết một bài nguyện dài rất hay rồi bảo người đệ tử chịu trách nhiệm xuất bản chỉ được đưa lời nguyện này cho Patrul Rinpoche xem sau khi việc xuất bản đã hoàn tất, nếu không Patrul Rinpoche sẽ hủy nó đi. Người đệ tử không làm được đúng lời thầy dặn. Patrul Rinpoche đã biết được việc này và Ngài ném lời nguyện vào lửa.

Thế nhưng người đệ tử đã thuộc lòng lời nguyện nên vẫn cứu được bản văn. Ở cấp ngoại, Patrul Rinpoche là hóa thân của tổ Tịch Thiên (Shantideva), ở cấp nội Ngài là hóa thân của Đại thành tựu giả Ấn Độ Sahari. Ở cấp mật, Ngài là hóa thân của Quán Thế Âm. Patrul Rinpoche là một Tôn thánh vĩ đại và là một hóa thân rất đặc biệt.

BARDO

*"... tu là cách chuẩn bị cho
một nơi chốn tốt đẹp hơn sau khi chết."*

Hỏi: Con người đi về đâu sau khi chết? Xin Thầy dạy chúng con về nội dung của sách Tử thư.

Trả lời: Thầy nghĩ rằng ta đi về đâu sau khi chết phụ thuộc vào việc ta muốn đi về đâu. Nếu chúng ta muốn tới một nơi tốt hơn thì ta phải chuẩn bị. Đối với những người tu thì tu là cách chuẩn bị cho một nơi chốn tốt đẹp hơn sau khi chết. Đó là ý nghĩa chung của việc thực hành Pháp. Trong truyền thống Phật giáo có giáo huấn về nơi nên tới và nơi nên tránh. Giáo lý Phật đà chỉ dạy rất rõ ràng về nơi nào nên tới và nơi nào không nên.

Theo giáo lý Trung ấm (Bardo) có 6, hoặc 3, hoặc 4 trạng thái trung ấm. Giai đoạn giữa kiếp này và kiếp sau là một trung ấm. Nói chung, "bardo" là một thứ gì đó nằm giữa hai thứ khác. Giấc mộng cũng là một bardo khác *(bardo giấc mộng)*. Khi chúng ta thiền định, tâm buộc vào một đối tượng, thì đấy cũng là một bardo *(bardo thiền định)*. Khi chúng ta bệnh và bệnh tật lấy đi mạng sống, thì từ lúc đó cho tới khi hơi thở [bên trong] dừng bặt gọi là bardo cái chết. Để hiểu được bardo thật rõ ràng cần phải hành trì miên mật. Hàng ngày chúng ta phải nghĩ rằng tất cả trên đời này đều là mộng. Mọi thứ là mộng huyễn và ta đang sống trong giấc mộng.

Mặc dù ta đang còn thức nhưng vẫn phải nhớ rằng tất cả mọi sắc tướng chỉ là huyễn mộng. Đó là một cách để hiểu về bardo. Vì chấp chặt vào hình tướng của thế gian nên ta không thể nào nhận ra được bản chất huyễn ảo của bardo. Vì vậy, quán chiếu bản chất huyễn của vạn pháp trong thế gian chính là cách để ta hiểu bardo. Có một cách khác nữa: hãy giảm bớt tâm nhị nguyên phân biệt và tham luyến. Cách này đơn giản, hữu hiệu giúp ta chuẩn bị đối mặt với cái chết, với bardo.

Giáo lý bardo là một đề tài rộng lớn, đòi hỏi tốn nhiều thời gian để truyền dạy. Để hiểu giáo lý này người tu phải có một số hiểu biết căn bản, phải hội đủ duyên, phải có sự chuẩn bị, như pháp ngondro chẳng hạn. Pháp tu ngondro chuẩn bị cho giáo lý Đại Viên Mãn (Dzogpa Chenpo). Để hiểu được chân nghĩa của bardo, bản chất của bardo người tu cần hiểu chân tánh của tâm. Tất cả mọi thứ trong giáo lý [bardo] đều nhắc tới sự hóa hiện của tâm. Giáo lý này dựa trên nền tảng của Dzogchen, vì vậy để thọ nhận được giáo lý này ta phải qua giai đoạn tu dự bị.

Hiện nay thầy thường dạy giáo lý Sáu bardo tại tu viện vào mùa đông, trong vòng ba tháng hoặc 100 ngày. Đây là một giáo lý thậm thâm vi diệu, hoàn chỉnh, rất thực dụng, rất đẹp, hỉ lạc và mạnh mẽ. Nếu ai đó muốn học thì phải chuẩn bị. Khi đã hội đủ các yếu tố duyên nghiệp thì sẽ có cơ duyên thọ nhận giáo lý này.

Năm trong sáu bardo là thuộc về cuộc đời này. Giáo lý về bardo thứ năm - bardo quang minh, bardo Pháp tánh - chủ yếu nói về chân tánh của tâm. Nếu một người công phu hành trì các pháp tu về tánh và các pháp tu Kim cang Thừa khác, thì có nhiều khả năng đạt được giải thoát trong bardo Pháp tánh ngay sau khi chết. Việc này đòi hỏi phải có nhiều nỗ lực và nhiều chứng nghiệm. Vì vậy, phải công phu hành trì rất nhiều.

Hỏi: Đối với người sơ cơ như chúng con làm thế nào để bố trí thời gian hợp lý giữa trì chú và ngồi thiền.

Trả lời: Trong cuộc đời người tu đạo bất cứ thời khắc nào cũng là tu. Tuy nhiên, trong xã hội như xã hội ngày nay, bận rộn thế này thì thật khó dành phần lớn thời gian cho việc hành trì. Nhưng chúng ta [vẫn] phải cố gắng để dành một phần thời gian cho việc tu. Sáng sớm, hãy thức dậy trong chánh niệm, hãy nghĩ về ý nghĩa cuộc đời và bản chất vô thường của nó. Để làm tươi mát tâm mình hãy nghĩ về vô thường.

Hãy nghĩ rằng vì vô thường nên ta không có nhiều thời gian để làm được một cái gì đó cho bản thân. Vì vậy, ta muốn làm cái gì có ích, có ý nghĩa - đó chính là thực hành pháp. Tóm lại, cái đầu tiên phải nghĩ tới [khi thức giấc] là lý vô thường.

Quán chiếu vô thường rất quan trọng. Ta phải tu vì ta có rất nhiều ác nghiệp, nếu không khi chết ta sẽ đọa cõi ác. Ta muốn thành một người tốt hơn, muốn có nhiều tự do hơn. Tóm lại, quán vô thường là một pháp tu tâm tuyệt vời mà ta phải thực hành bất cứ lúc nào có dịp. Nếu bạn có nghi quỹ ngondro thì hãy dùng nghi quỹ. Các bạn đã biết phải thực hành như thế nào, ví dụ như phần Quy y hoặc Bồ đề tâm. Điều này có ghi trong nghi quỹ và bạn phải làm theo. Khi hành trì hãy cố gắng suy nghĩ về ý nghĩa [lời văn trong nghi quỹ] và ghi nhớ chúng.

BỔN SƯ DU GIÀ - A DI ĐÀ

"Luôn trụ trong trí tuệ,
trong tâm của Guru là cốt tủy của người tu Mật."

❀

Hỏi: Tu pháp A Di Đà theo Kim cang Thừa có nghi quỹ hướng dẫn không? Và có cần bộ sách ngondro đi kèm không ạ?

Trả lời: Có nhiều nghi quỹ A Di Đà của các dòng phái khác nhau. Có một số nghi quỹ phục điển của Lama Sang. Nói chung, ngondro hay Đạo sư Du già rất quan trọng đối với người tu, đặc biệt là người tu Mật. Kim cang Thừa đòi hỏi [hành giả] phải thường xuyên tu pháp Bổn sư du già. Luôn trụ trong trí tuệ, trong tâm của Bổn sư là cốt tủy của người tu Mật. Vì vậy tu Bổn sư Du già là rất rất quan trọng.

Nhiều hành giả, như Ngài Patrul Rinpoche chẳng hạn, tu Bổn sư Du già hàng ngày. Thỉnh thoảng Ngài tu pháp A Di Đà, pháp Văn Thù hoặc tu các Bổn tôn khác; nhưng trước khi tu các pháp đó Ngài bắt đầu bằng Bổn sư Du già. Tóm lại, Bổn sư Du già là pháp tu hàng ngày của người tu Kim cang Thừa, cho mọi thời kỳ và mọi truyền thống. Không phải chỉ ở Tây Tạng, mà đối với các bậc thầy [ở các nơi] khác, như các thành tựu giả Ấn Độ Tilopa, Naropa v.v. chẳng hạn, đây cũng là truyền thống của họ. Và các Ngài dạy chúng ta cách tu. Các Ngài ban giáo huấn và cho chúng ta thấy truyền thống của các Ngài. Vì vậy, điều này quan trọng không những chỉ với Tây Tạng mà ở còn cả với Ấn Độ nữa.

Hỏi: Xin Thầy cho chúng con biết chú A Di Đà là gì. Xin Ngài cho chúng con biết trì chú thế nào để đạt hiệu quả?

Trả lời: Nếu người tu cố gắng làm được việc đó, bốn nhân duyên vãng sanh, và quán tưởng đức A Di Đà cùng cõi Tịnh độ, rồi trước hình ảnh quán tưởng thực hành tích tập, tịnh hóa, phát Bồ đề tâm, phát nguyện vãng sanh Tịnh độ thật mãnh liệt thì bốn nhân duyên sẽ giúp cho người đó thành tựu. Phải tụng chú thế nào? Các bạn tụng "A Di Đà Phật". Khi các bạn tụng hồng danh A Di Đà là các bạn đang gọi Ngài. Tại sao chúng ta gọi tên Ngài nhiều lần? Là để tạo kết nối bền chặt với Ngài. "Con kêu tên Ngài, xin hãy nghĩ đến con, gia hộ cho con, ban cho con sức mạnh." Đây là ý nghĩa của việc tụng hồng danh đức A Di Đà nhiều lần. Người Trung Quốc tụng: "Nam mô A Mi Ta Phô".

"Nam mô" có nghĩa là bạn tỏ lòng tôn kính, bạn đảnh lễ Ngài. Tại sao ta gọi tên Ngài với tâm thành kính? Tâm thành kính đem lại cái gì? Chỉ có tâm chí thành chí tín mới đem bạn lại gần với đức A Di Đà và đem Ngài gần với bạn một cách rất đặc biệt. "Nam mô" thể hiện lòng sùng mộ, thành kính - là điều rất quan trọng. Vì vậy, nếu chỉ tụng hồng danh thôi không đủ. Còn nếu tụng hồng danh với lòng tôn kính, với tâm chí thành, với đức tin thì điều này mới thực sự tạo nên khác biệt lớn. Điều này sẽ đem cho ta nhiều lực hộ trì, khiến lời cầu nguyện thành tựu.

Chữ "A Di Đà" có ý nghĩa gì? "A Di Đà" có nghĩa là "quang" (ánh sáng), là "chói sáng". Tất nhiên cũng có nhiều thứ ánh sáng. Và đôi khi chẳng có nhiều ánh sáng cho lắm *(cười)*. Ánh sáng của Phật A Di Đà nhiều vô tận. Nó giống như ánh mặt trời hay ánh đèn điện chăng? Không. Đây là ánh sáng của Đại Tuệ, Đại Lực, Đại Hạnh, Đại Bi, Đại Giác, Đại Phẩm. Đây là vô lượng vô biên quang minh của đức A Di Đà.

Hỏi: *Xin Thầy cho con biết cõi Tịnh độ có nơi nào đó hay không? Hay là chỉ trong tâm thức, quán tưởng?*

Trả lời: Cõi Tịnh độ A Di Đà không tồn tại trong Thế giới này. Tuy nhiên, nó tồn tại, không chỉ trong tâm mà trên thực tế. Nó là một nơi rất khác biệt. Trong lời nguyện vãng sanh Tịnh độ của Ngài Kama Chagme và trong kinh A Di Đà nói rằng cõi Tịnh độ A Di Đà nằm phía Tây, cách rất xa nơi chúng ta - hàng muôn ức thế giới. Sau khi vượt qua hàng muôn ức thế giới bạn sẽ tới được cõi Cực Lạc. Nhưng tới đó bạn không đi bằng thân xác vậy lý mà đi bằng tâm. Không đi bằng máy bay hay xe máy. Cuộc hành trình tới đó rất ngắn và nhanh.

GURU

*"Để làm Guru ai đó không phải dễ dàng.
Để làm đệ tử ai đó cũng không hề dễ dàng chút nào."*

❦

Hỏi: Xin Thầy cho con biết làm sao xác định được vị thầy nào là Căn bản Thượng sư của mình?

Trả lời: Kết nối nghiệp quyết định ai là Guru của bạn. Kết nối nghiệp rất quan trọng. Nói chung, có rất nhiều yêu cầu về một vị Kim cang Thượng sư. Một vị đạo sư phải có nhiều phẩm hạnh. Người đó phải đạt những tiêu chuẩn được mô tả trong kinh sách. Nếu muốn tìm bậc chân sư hãy khảo sát các phẩm hạnh nơi người thầy. Xem người đó có thông tuệ giáo lý không, có từ bi và trung thực hay không. Người đó đối nhân xử thế có đúng Pháp không, hay luôn việc trái. Chúng ta cần phải biết nhiều điều khác nhau có liên quan tới vị thầy đó.

Ở Trung Quốc và Việt Nam người ta lại làm rất khác.

Mọi người ở đây không có điều kiện để khảo sát đạo sư. Họ thọ giáo lý và quán đảnh trước rồi sau đó mới phán xét [vị thầy]. Như vậy quá muộn. Cách đó khiến ta mắc lầm lỗi. Như vậy không tốt. Vì thế, trước khi thiết lập kết nối Pháp người tu phải khảo sát, phải biết rõ về vị thầy. Rồi sau đó mọi thứ [mới] bắt đầu. Làm sao ta nhận biết ai là Guru của mình? Một khi đã thiết lập kết nối Pháp thì đương nhiên đó là Guru của bạn. Đó là một việc. Nếu người đó có đủ phẩm chất, có lòng bi mẫn, thông tuệ giáo lý, hành động và xử sự đúng Pháp thì bạn có thể nhận làm Bổn sư của mình.

Thế nhưng ở đây mọi việc lại khác. Ở Trung Quốc hay ở Mỹ cũng vậy. Có người thọ nhận nhiều giáo lý từ một vị thầy, rồi sau đó lại nói: "Ồ, tôi không thích ông thầy này." Nói như vậy không được, bởi bạn đã nhận nhiều giáo lý từ ông thầy đó. Nếu muốn nói như vậy thì phải nói trước khi có kết nối Pháp. Như vậy bạn không phạm giới. Còn nếu nói sau đó thì việc ấy không tốt cho bạn. Đó gọi là "phạm giới".

Chữ "Guru" rất nặng. "Guru" có nghĩa là một ai đó cao hơn tất cả mọi người khác. Cái gì làm cho Guru cao hơn hết thảy mọi thứ? Để làm Guru ai đó không dễ dàng. Để làm đệ tử ai đó cũng không hề dễ dàng chút nào. Vì để làm một đệ tử, làm một người tu, thì phải có đủ các phẩm chất: trung thực, hiểu biết, thông tuệ, siêng năng v.v. Những phẩm chất này làm nên người đệ tử đích thực.

Không có những phẩm chất này, không có hiểu biết

để biết phân biệt giữa tốt và xấu, thì người ta có thể nhảy ào vô những chuyện ngu xuẩn. Đó không phải là đệ tử tốt. Khi một kẻ đã không trung thực, thì cho dù có thấy những phẩm chất tốt ở người thầy đi nữa, kẻ đó cũng không nói đúng sự thật. Họ sẽ nói những điều hoàn toàn trái với sự thật, chỉ chê bai và thêm thắt. Đó là cung cách dối trá. Đó là một học trò rất xấu. Vì vậy, để làm một đệ tử cũng cần phải có một số phẩm chất.

THẾ GIỚI NGÀY NAY

*"...phải luôn kiểm soát tâm và tự nhắc mình:
'Như vậy đủ rồi, nếu không thì sẽ quá'."*

Hỏi: Hiện nay luyến ái và sex tràn lan khắp mọi nơi. Mọi phương tiện đều được dùng cho việc này. Làm sao bảo vệ được tâm?

Trả lời: Đạo Phật dạy nhiều cách chuyển hóa tâm. Tâm con người thường điên đảo, tán loạn. Nó luôn dính vào cảnh trần, đắm vào dục lạc. Phật dạy phải "thiểu dục tri túc" - một việc rất quan trọng. Đắm trong tham, con người đánh mất những phẩm chất đẹp trong tâm. [Nên] phải luôn kiểm soát tâm và tự nhắc mình: "Như vậy đủ rồi, nếu không thì sẽ quá". Đó là cách để chế ngự tham. Cần phải biết sức mạnh của tham luyến, dính mắc. Để tâm tự tung tự tác thì nó sẽ làm tới mãi, không biết chỗ dừng. Biết dừng lại, ta sẽ chế ngự được nó. Ở chừng mực nào đó, nếu thực sự muốn thì ta sẽ làm chủ được tâm.

Vì vậy, làm việc với tâm là một cách giảm tham dục. Quá nhiều tham muốn gây nên chướng ngại trong cuộc sống của ta. Nếu không muốn mắc phải chướng ngại thì phải tri túc, phải biết kiểm soát tâm.

Vì còn dịp trao đổi về chủ đề này, và bây giờ không đủ thời gian nên tạm dừng ở đây. Có một điều cần nhấn mạnh: ngày nay trên thế giới nhiều học giả thừa nhận rằng Đạo Phật không chỉ là một tôn giáo. Đạo Phật là một nền giáo dục vĩ đại. Điều đó được nhiều người công nhận. Nghiên cứu Phật giáo là một cách học tuyệt vời. Nó giúp ta thành một người tốt, trung thực, nhu hòa, từ ái và bi mẫn – một điều rất quan trọng và rất cần thiết. Trong thế giới hiện đại này - một thời buổi rất dữ dằn - thiếu một nền giáo dục như vậy con người có thể làm những điều đồi bại tới mức vượt ngoài sức tưởng tượng. Nghiên cứu Phật giáo là một việc rất bổ ích, có ý nghĩa cho cuộc đời và cho mọi người.

(hết bài giảng ngày 12.10.2012)

(ngày 13.10.2012)

PHÁP

" ... bởi vì Pháp tốt cho tôi
nên Pháp sẽ tốt cho các bạn."

❀

Nhiều người trong các bạn có lòng tin mạnh mẽ vào Phật Pháp (Dharma). Vì các bạn có lòng tin ấy mà ta gặp nhau. Ta nói "nghiệp", tất cả mọi thứ đều do nghiệp mà thành. Chúng tôi những người tu Tây Tạng tới đây để giúp những người tu Việt Nam. Chúng ta gặp gỡ nhờ kết nối nghiệp và đây là điều thật tốt lành. Vì kết nối nghiệp này mà tôi sẽ giúp được các bạn. Nhiều người trong số các bạn, nhất là những người tham gia tổ chức đã đóng góp tiền của, thời gian v.v. Việc này chúng ta ghi nhớ và bản thân tôi cũng rất trân quý.

Các bạn biết rằng Tây Tạng đã trải qua những thời kỳ gian khó. Nhưng Pháp Phật vẫn còn và vẫn còn nhiều chân đạo sư. Phật giáo Tây Tạng vẫn còn, đầy đủ trọn vẹn và giàu có. Vì vậy, đạo Phật Tây Tạng được truyền khắp thế giới, và nhiều người đang nỗ lực tu học theo truyền thống này. Nhờ vậy, tôi có dịp tới nhiều nơi, truyền dạy Pháp Phật, gặp gỡ mọi người, đàm đạo giáo lý và chia sẻ những quan điểm khác nhau với họ. Đó là một điều rất tốt.

Là một người tu đạo từ khi sinh ra đời, nên cả đời tôi được tắm trong [ánh sáng] của Phật giáo. Truyền thống này gần gũi với tôi, nên tôi thấy được lợi lạc của nó, của việc tu đạo. Tôi có thể nói rằng: "Tôi là người tu. Và việc ấy cho tôi nhiều lợi lạc."

(Có nhiều đạo hữu muốn nghe kể đôi lời về Rinpoche)

*"Chúng ta không nói gì ngoài Pháp.
Điều này rất quan trọng."*

Người tu Pháp nói Pháp - một việc mà đối với người đó là rất đặc biệt. Chúng ta không nói gì ngoài Pháp. Điều này rất quan trọng. Và điều này quan trọng đối với cả tôi nữa. Việc nói Pháp thể hiện sự hiểu biết và kinh nghiệm của người đó. Vì vậy tôi nghĩ rằng không cần nói về bản thân tôi, vốn đã luôn gắn với Pháp một cách đặc biệt.

Khi tôi dạy người khác những gì thực sự tốt cho tôi thì tôi cố gắng chuyển tới họ thông điệp: bởi vì Pháp tốt cho tôi nên Pháp sẽ tốt cho các bạn. Cho nên nếu cái gì đó tôi không nghĩ là tốt thì tôi sẽ không nói rằng nó tốt; đó không phải là cách dạy Pháp chân chánh.

Bất cứ cái gì tôi thấy là tốt thì tôi nói: "Các bạn phải học cái này." Chẳng hạn tôi nói tâm bi là quan trọng. "Ồ, Thầy thật sự thấy điều đó là tốt." Bạn phải nhìn thấy điều đó [nơi tôi]. Bạn phải tin như vậy. Cũng có những người - họ cứ đi lòng vòng nơi này nơi nọ; hoặc họ nghiên cứu Phật Pháp chỉ vì muốn kiếm tiền hay vì một cái gì đó. Còn với tôi thì khác. Cả khi tôi nói về bản thân mình, thì thật ra đó là dạy Pháp. Đối với các đạo sư thì điều cốt tủy là quan điểm, tri kiến, thói quen, cách dạy của họ. Tất cả đều cho ta thấy chính con người họ. Đó là cách để các bạn tìm hiểu người thầy.

Giả như, có ông thầy nói: "Hạnh xả li rất quan trọng", thì ông ta phải chân thật tin rằng nó là quan trọng. Đó là cách người học đạo dùng để khảo sát thầy dạy đạo.

AN BÌNH NỘI TẠI

*" ... sự hủy hoại
đến từ bên trong."*

❈

Bữa trước tôi có nói sơ qua về tu viện ở Tây Tạng, như về những gì chư tăng phải học ở tu viện. Họ phải qua một hệ thống [tu học] như vậy. Tây Tạng rất khác biệt, đặc biệt là Tây Tạng hồi xưa. Đó là một nơi xa xôi và độc nhất vô nhị. Ở đó không có trường học bình thường cho dân chúng. Cách duy nhất mà người dân có thể làm là gửi con trai của họ tới tu viện để chúng được học hành. Do đó mà ở Tây Tạng có nhiều tăng. Vì dân chúng tin vào Phật Pháp, họ mong muốn con em họ được giáo dục ở các tu viện. Tu viện cũng giống như một trường đại học ở Tây Tạng. Truyền thống ấy có mặt rất tích cực, nhưng nó cũng có mặt tiêu cực. Nhiều người dân không có cơ hội được học hành. Người dân bình thường không có học thức. Những người may mắn nhất chính là chư tăng. Và đương nhiên nhiều vị ni cũng được học, nhưng phần lớn những người được hưởng nền giáo dục là chư tăng.

Ngày nay mọi thứ đã thay đổi. Cả hệ thống đã thay đổi. Mọi thứ ở Tây Tạng đã thay đổi nhiều. Có nhiều cơ hội hơn cho những người dân bình thường được học hành. Ngày càng nhiều người học tiếng Tạng để đọc kinh sách và trình độ hiểu biết của họ cải thiện rất nhiều. Mặc dầu tình hình có lúc rất khó khăn nhưng mọi thứ đang thực sự hồi sinh. Ở nhiều tu viện việc học hành còn tốt hơn trước kia. Đây là một tin vui cho các bạn.

Tôi đã kể về tu viện cho các bạn Việt Nam tới Golok năm nay: lịch sử của nó, cuộc sống của tu viện trước kia và bây giờ. Và các bạn ấy đã nghe câu chuyện tôi kể. Tôi nói, chẳng hạn như đôi khi thời kỳ gian khổ lại chính là Pháp rất hữu ích. Nếu nội tâm con người kiên định thì cảnh bên ngoài không thể tác động. Ví dụ, mặc dầu người Tây Tạng phải trải qua Cách mạng Văn hóa và những thời kỳ gian khó khác nhưng sâu bên trong chẳng có mấy thay đổi. Chúng tôi đã giữ được truyền thống Phật giáo Tây Tạng rất phong phú trong tâm. Thật ra, Phật giáo Tây Tạng chẳng bị hủy diệt cho dù đã trải qua những thời kỳ khó khăn như vậy.

Nhưng cái gì sẽ làm nó thay đổi? Tôi nghĩ rằng sự hủy hoại đến từ bên trong. Sự hủy hoại do có quá nhiều tham dục, quá nhiều ham muốn vật chất chẳng hạn. Chính cái đó hủy hoại cả truyền thống [tinh thần] vốn giàu có, chứ không phải cái xảy ra trong môi trường xung quanh. Vậy nên, vào những thời kỳ khó khăn nhất ở Tây Tạng người dân rất trung tín, nhưng ngày nay họ lại bị tán tâm, có lẽ do họ đã nhìn thấy nhiều thứ trên thế giới, nhiều sự phát triển vật chất [ở xung quanh]. Họ tập trung quá nhiều vào sự phát triển bên ngoài chứ không phải vào thế giới bên trong. Đó chính là vấn đề.

TRUYỀN THỐNG

*" ... Phật giáo đã được bảo tồn
bởi những con người trung tín."*

❈

Vậy nên, tôi nghĩ truyền thống Phật giáo đã được bảo tồn bởi những con người trung tín. Có nhiều bậc đạo sư vĩ đại, dũng cảm và các Ngài rất trung thành với truyền thống đó nên nó đã được bảo tồn. Tuy nhiên, cũng như tôi đã kể, tình hình bây giờ đang tốt dần lên. Chư tăng, việc học hành nghiên cứu, việc tu trì v.v. tất cả đã cải thiện nhiều kể từ khi tôi còn nhỏ.

Tôi nghĩ rằng điều này chung cho mọi nơi. Sự phát triển bên ngoài, sự tăng trưởng vật chất ảnh hưởng tới an bình nội tâm, thế giới nội tâm. Khi có quá nhiều sự phát triển ở bên ngoài thì thiên hạ tập trung chú ý vào đó, và có nguy cơ đánh mất sức mạnh nội tại, an bình nội tâm. Tăng trưởng vật chất có mặt tích cực nhưng chủ yếu nó đem lại nhiều mất mát cho con người. Nó khiến họ rất bận rộn và đem lại nhiều lo lắng, phiền muộn, gây ra nhiều sức ép cho tâm trí họ. Và họ cứ thế đeo theo sự phát triển ấy, đuổi theo nó, rượt theo nó. Tất nhiên, nghĩ về những thứ khác, làm những việc khác cũng không sao. Nhưng rồi những gì ở bên trong [sẽ mất], an bình nội tại sẽ mất. Họ theo đuổi sự phát triển ấy không chỉ bằng thể xác mà bằng cả tinh thần. Điều này có hại cho tâm, cho an bình của tâm, cho truyền thống, cho tôn giáo. Điều này theo tôi mọi người cũng biết. Và họ phải tỉnh thức về hiểm họa này.

ĐỨC TIN

*"Để giữ đức tin bạn phải biết cách giữ
an bình nội tại, sức mạnh nội tâm."*

Đức tin vào một tôn giáo, hay lòng tin vào Phật hoặc các vị Chúa, có một sức mạnh lớn lao. Người ta ví nó như con sư tử. Nó không thể bị kẻ nào khác hủy diệt ngoại trừ chính bản thân nó. Phật Thích Ca Mâu Ni nói rằng Giáo Pháp của Ngài sẽ không bị hủy diệt bởi ngoại đạo, mà bởi chính các đệ tử của Phật, những người con của Phật, bởi các vấn đề do họ gây nên. Ví dụ, nếu tăng ni có quá nhiều tham dục và họ không học hành, không tu trì, thiền định, thì họ sẽ chạy theo cám dỗ vật chất. Việc đó sẽ hủy diệt tôn giáo, hủy diệt Đạo Phật. Con sư tử rất mạnh nên không con vật nào tấn công nó được, nhưng những con trùng nhỏ trong thân sư tử sẽ giết chết nó. Đức Phật đã nói như vậy. Nên đức tin của ta phụ thuộc vào chính ta. Nếu bạn muốn giữ gìn, phát triển nó thì bạn sẽ cố gắng làm được điều đó. Để giữ đức tin bạn phải biết cách giữ an bình nội tại, sức mạnh nội tâm. Đó là con đường duy nhất để giữ gìn và phát triển đức tin, tâm chí thành với Phật và Pháp.

Ở đâu cũng có những vị tăng xấu, lạt ma xấu, Phật tử xấu. Nhưng thiên hạ thường lầm lẫn. Họ nói tôn giáo này xấu vì người ấy người kia xấu. Phật giáo xấu vì vị tăng này nọ xấu. Cách phán xét như vậy không trung thực. Họ cần phải biết đạo Phật đòi hỏi người tu, đặc biệt là tăng ni, phải như thế nào. Những lạt ma ấy, vị tăng ấy không thể đại diện cho tôn giáo, cho truyền thống. Nhưng thiên hạ không nhìn nhận như vậy và họ nói rằng tôn giáo đó xấu. Vì vậy tôi nghĩ rằng người tu, đặc biệt là các vị thầy, phải rất cẩn trọng về các việc họ làm: cách ứng xử, cách suy nghĩ, cách nói năng. Bởi vì điều này ảnh hưởng đến cả tôn giáo, cả truyền thống.

Nếu một Phật tử nói năng rất tử tế, nhu hòa, trung thực thì đó là điều rất tốt. Chúng ta cần làm như vậy và cố gắng làm như vậy. Bất cứ khi nào ta không làm như vậy, bất cứ khi nào ta mất kiên nhẫn, thì phải nghĩ: "Ồ, ta đã làm một việc xấu." Ta phải sửa sai ngay. Nhưng vẫn có những người tu nói những chuyện xấu xa, cãi cọ với nhau nhưng họ không nghĩ rằng chuyện đó không hay. Chuyện đó rất không hay. Vì vậy tôi muốn nói rằng là người tu bạn phải nhận ra rằng có cái gì đó không tốt và bạn không được làm như vậy. Chúng ta phải cố gắng. Như vậy tốt không những cho bạn mà cho cả cộng đồng, cả truyền thống tôn giáo nữa.

Tôi không thấy các vị tăng Trung Quốc hay Việt Nam làm những chuyện như vậy, nhưng thật không may là ở Tây Tạng có một vài vị như vậy. Đôi lúc các vị lạt ma hoặc tăng Tây Tạng làm những chuyện như vậy, và như thế không tốt. Ở Tây Tạng tôi cố gắng khuyên họ không nên làm như vậy và phê phán họ rất dữ. Mặc dầu tôi không thấy có ai như vậy ở Việt Nam hay Trung Quốc, nhưng cũng có thể. Ai mà biết được? Nhưng tôi hi vọng là không.

THAM

*"... phải kiểm soát tham muốn nếu
không cái tham nào cũng có thể thành thái quá."*

Khi con người quá tham thì thậm chí những ai được gọi là tăng cũng không kiểm soát được tâm. Ở Tây Tạng cách đây ba bốn năm có một vị tăng không thật là tăng tốt. Anh ta đi lòng vòng, la cà nơi này nơi khác ngoài xã hội, làm ăn gì đó để kiếm tiền. Không biết để làm gì vì anh ta đâu có gia đình. Một ngày nọ anh ta khởi tâm muốn giết người bạn tốt nhất để chiếm tài sản của người đó, vì anh bạn có chút đồ trang sức và tiền mặt. Rồi anh ta bí mật giết người bạn. Cảnh sát phát hiện được và giờ đây vị tăng đó đang ngồi tù. Chuyện ấy thật là xấu xa. Chuyện có thật xảy ra trong ở Tây Tạng quê tôi. Đó là chuyện có thật đã xảy ra. Những chuyện tương tự có thể xảy ra với bất cứ tôn giáo nào. Trên thế giới việc một người có đạo giết một ai đó cũng thường xảy ra. Nhưng một vị tăng làm một chuyện như vậy thì rất hiếm khi nghe thấy. Vì vậy, luôn rà soát tâm mình để chế ngự tham dục và bám chấp là việc tốt nên làm.

Ta thấy tâm có thể khiến con người điên đảo ra sao. Bởi vì chúng ta ai cũng có cái tâm, rất điên đảo và rất tệ hại, nên điều đó có thể xảy ra với bất cứ ai. Cái tâm ấy thấy nhiều thứ là quan trọng. Điều đó có thể dễ dàng xảy ra với bất cứ ai trong chúng ta. Trong cõi Dục Giới này tất nhiên chúng ta có tâm tham nhưng ta phải kiểm soát tham muốn nếu không cái tham nào cũng có thể thành thái quá. Vì vậy, để làm một người tu, để làm một đệ tử Phật điều căn bản là phải rà soát tâm, làm việc với nó để đem lại an bình và hiểu biết trong tâm. Chúng ta phải cố gắng chuyển hóa tâm vì trong bản tánh nó vốn thanh tịnh. Bản tánh của tâm thanh tịnh nên ta có cơ duyên chuyển hóa nó, điều phục nó để nó trở nên bình hòa, có trí tuệ, kham nhẫn và có tình thương. Đó là làm người tu đạo.

Con người có cuộc sống nên phải sinh tồn. Nhưng ta phải sinh tồn hợp với lẽ luật, với cộng đồng. Như vậy sẽ tốt, và ta sẽ có cuộc sống tốt đẹp mà không cần tới những thứ xấu xa khủng khiếp như: tham nhũng, đồi trụy, dối trá, lừa lọc v.v. Không cần [tới những thứ đó] chừng nào tốt chừng ấy. Được như vậy chắc cuộc sống sẽ an ổn.

Tăng già Phật giáo, gồm cả các tăng thân và các tu viện, luôn cầu nguyện cho mọi người, cho Phật tử có cuộc sống tốt lành và thành tựu các ước nguyện. Nhưng, như đã nói ở trước, chúng ta phải có tổ chức, có hệ thống. Đức Phật không nói rằng người dân không được kinh doanh.

Kinh doanh, làm ăn thì không sao. Nhưng phải kinh doanh một cách trung thực. Ý nghĩa của "kinh doanh" là gì? Là kiếm tiền, là có lời lãi từ việc đó. Nhưng ở đây cũng có một hệ thống và có giới hạn: không thể kiếm quá nhiều tiền trong một thời gian [nhất định]. Ví dụ, [lời] 100% hay 200% - chúng ta không thể lời đến thế. Và nếu bạn nói: "Tôi làm được điều đó," thì sẽ có lừa lọc, dối trá vì việc này. Như vậy không ổn.

Chúng ta thường nói: "Đừng làm hại chúng sinh khác". Đáng tiếc, ở Tây Tạng có những người Phật tử làm nghề sát sanh - cũng như ở Trung Quốc và Việt Nam. Đức Phật dạy rằng không được hãm hại chúng sinh, không hại sinh mạng và phải cố gắng cứu mạng sống chúng sinh khác. Đây là một hệ thống. Đây là một yêu cầu trong đạo Phật. Tuy nhiên, không chỉ ở Việt Nam, Trung Quốc mà cả ở Tây Tạng, những người quy y Tam Bảo vẫn giết bò yak, giết cừu để sinh sống hoặc để kiếm tiền. Điều này rất đáng buồn. Đối với nhiều người họ không có lựa chọn nào khác - đấy là nguồn sống duy nhất của họ - thì còn có thể hiểu được. Nhưng không được làm như vậy vì tham lam. Nếu ai đó giết con vật để làm giàu thì không được. Nếu buộc phải giết gà, heo vì không còn cách nào khác thì có thể hiểu được. Nhưng có người không ở trong tình huống như vậy. Họ muốn kiếm nhiều tiền nên lạm dụng chúng sinh khác, lạm dụng mạng sống của chúng. Điều này thật kinh khủng.

Sáng nay, chúng ta nói về một số đề tài quan trọng của

Phật giáo, về những lỗi lầm con người thường phạm. Sáng nay thầy lưu ý mọi người rằng có nhiều việc có thật mà trên thực tế đã xảy ra với nhiều người. Lý do khiến thầy nói về những chuyện có thật này chúng ta rất nên biết. Bởi vì chúng ta muốn trở thành những người tốt, những người tu đích thực. "Người tu đích thực" có nghĩa là người không có những lỗi lầm như vậy, những vấn đề như vậy. Họ là những người hành động đúng, suy nghĩ đúng. Họ làm những việc tốt, việc tử tế, việc lợi lạc, đức hạnh.

TRUNG THỰC

*"Hãy cố gắng làm người tử tế, làm người trung thực.
Điều đó đã bao gồm tất cả mọi thứ."*

❀

Bạn có thể bỏ cả cuộc đời để nghiên cứu giáo lý bởi vì trong Phật giáo có nhiều chủ đề, nhiều môn phái. Giáo lý Phật đà vô cùng rộng lớn nên có những học giả học suốt đời mà vẫn thấy: "Ồ, mình chưa thật thông tuệ. Phải học nữa, học nữa." Như vậy bạn có thể bỏ nhiều thời gian và công sức ra để nghiên cứu Phật giáo. Nhưng những người như chúng ta - những con người bình thường của đời thường - cũng vẫn muốn học pháp, muốn tu đạo.

Chúng ta không phải bỏ ra nhiều thời gian như vậy cho việc học tập, nghiên cứu. Chúng ta chỉ cần có một ít hiểu biết căn bản và [biết] một ít điều căn bản cần phải làm. Hãy cố gắng làm người tử tế, làm người trung thực. Điều đó đã bao gồm tất cả mọi thứ. Tất cả ý nghĩa giáo lý Phật đà tựu trung lại là về cách làm người trung thực. Các bậc thầy chỉ cho ta cách làm một người trung thực và [cho ta thấy] đức tính trung thực quan trọng nhường nào. Điều này rất quan trọng.

Thế nhưng làm được việc này vẫn rất khó. Lý do mà chúng ta cứ không trung thực được chính là cái tâm của chúng ta. Chúng ta cứ luyện cái tâm mình theo những lối khác - những lối bất chính, lén lút, những lối không trung thực. Vì chúng ta có những thói quen thâm căn cố đế như thế nên rất khó mà trung thực.

Tuy nhiên, như đã nói sáng nay, bản tánh tâm của chúng ta rất thanh tịnh. Tự bản nguyên nó vốn thanh tịnh - nên tự nhiên nó rất thanh tịnh, trung thực, an hòa. Cho nên, nếu muốn luyện tâm theo hướng đó thì vẫn ta vẫn có cơ duyên. Có cách [để làm]. Và điều đó có thể. Nó phụ thuộc vào việc ta có muốn hay không. Nếu ta muốn thì có cách. Bởi vì đương nhiên là có cách. Vậy nên tôi nghĩ đó là một điều rất quan trọng.

BÌNH ĐẲNG

*"Chúng ta không được
chối bỏ một ai cả."*

❦

Và người tu phải là người tốt, tốt với tất cả mọi người, tất cả chúng sinh. Đó là một trong những chủ đề cốt tủy của Phật giáo. Có những người có thể tử tế và tốt bụng với những người nào đó, nhưng họ vẫn cứ ác tâm, xấu bụng với ai đó khác. Họ có thể rất hung hãn, ganh ghen đố kị, sân hận ác tâm và vân vân. Họ có thể như vậy với những người khác. Chỉ tốt với bạn bè thân thuộc, bà con họ hàng, gia đình thôi không đủ. Chúng ta phải tốt với tất cả, kể cả những người chúng ta không ưa cho lắm. Chúng ta phải cố gắng tử tế và giúp đỡ người khác.

Chúng ta không được chối bỏ một ai cả. Chúng ta không thể khước từ việc có ích cho bất cứ một ai. Vì nếu làm như vậy tức là ta chối bỏ việc phải có tâm từ. Tức là ta đã chối bỏ việc làm một người có tâm bi mẫn. Tâm bi mẫn đòi hỏi ta phải tốt một cách bình đẳng với tất cả mọi người, tất cả chúng sinh. Và điều đó rất quan trọng.

Chúng ta phải nhu hòa, dịu ngọt, tốt bụng, trung thực đặc biệt đối với những ai theo cùng một đạo Phật như ta, những ai học đạo cùng một vị thầy như ta. Nếu trong cộng đồng có người làm những việc không tử tế, tốt đẹp, cố tình không hiểu và cảm thông, thì điều đó gây nên chướng ngại cho cả cộng đồng, cho cả dòng truyền thừa, cho cả truyền thống của bạn. Vì vậy, rất cần phải tốt bụng, tử tế. Và phải thấy mối quan hệ tốt đẹp giữa những người được gọi là bạn tu quan trọng đến nhường nào.

ĐỒNG TU HÒA HỢP

"Chia rẽ, bất hòa là điều rất xấu xa."

Chia rẽ, bất hòa là điều rất xấu xa. Nó có sức hủy diệt lớn; nó phá hoại những cộng đồng, những tăng thân tốt, những nhóm bạn, những tu viện, chùa chiền tốt. Đức Phật dạy rằng phá hòa hợp giữa những người tu là ác hạnh nghiêm trọng. Vì vậy Phật dạy rằng giữ quan hệ tốt, nuôi dưỡng tình bằng hữu giữa người tu đạo là một việc làm quan trọng và thiện lành. Chúng ta có thể thấy rằng ở Tây Tạng gần đây có một số tu viện lớn đã không còn nữa vì chia rẽ, bất hòa. Họ đã nói xấu lẫn nhau, đã ganh ghen đố kị với nhau, cãi lộn, tranh chấp với nhau, rồi chia tay mỗi bên mỗi ngả, thế là tan cả cộng đồng.

Điều đó xảy ra ở nhiều nơi, với nhiều tăng thân, cộng đồng thậm chí trong thời Phật còn tại thế. Một cộng đồng, một tăng thân, một nhóm nào đó có vấn đề - có bất hòa, chia rẽ - và thế là cả cộng đồng tan rã. Trong truyền thống của các bạn chẳng hạn cũng vậy. Trong các cộng đồng tu tình bạn đạo, mối tương giao thuận hòa, tấm lòng cảm thông bao giờ cũng rất quí báu.

Điều đó không những tốt cho cộng đồng mà còn tốt cho cả việc giữ giới nguyện của riêng từng người. Bởi vì giới nguyện luôn gắn chặt với bầu bạn, huynh đệ, tỉ muội của ta. Pháp ta thọ nhận càng cao, giáo lý ta thọ nhận càng thâm sâu, thì mối kết nối với bầu bạn, huynh đệ, tỉ muội của ta càng sâu sắc, càng đặc biệt. Vì vậy, rất cần phải tôn trọng lẫn nhau, tôn trọng tất cả chúng sinh, đặc biệt là những ai cùng một đạo, một truyền thống.

XÃ HỘI THUẬN HÒA

*"Để có hạnh phúc, bình an hãy hiền hòa
và cảm thông - đó là cách duy nhất."*

Mối quan hệ tốt đẹp cần không những cho cộng đồng mà cho cả xã hội. Trong gia đình rất cần sự hòa thuận. Vợ chồng cãi cọ thì gia đình bất hòa. Điều đó có hay ho không? Không! Vậy nên, đạo Phật dạy con người luyện tâm nhu hòa mọi lúc, mọi nơi. Đạo Phật không chỉ dạy rằng người tu trong chùa phải có cuộc sống an bình. Cái gì tạo an bình cho cuộc sống và an lạc cho tâm? Những gì đã nói ở trên là căn bản. Những điều này rất cần cho cuộc sống, không chỉ cho Phật Pháp mà cho cuộc sống an bình [nói chung].

Làm người nhu hòa không dễ. Khi muốn thành công người ta muốn có sức mạnh. Nên người ta diệt người này, cãi cọ với người khác, cố giành giật, triệt hạ nhau và làm đủ trò đủ chuyện. Những hành động theo lối ấy giống trò trẻ con. Những trò ấy sẽ không đi tới đâu cả. Chúng chỉ tạm thời có hiệu quả, nhưng không thể lâu dài được. Tính về lâu về dài, nếu quý vị hung hãn, ác tâm, gian dối thì chính quý vị sẽ gặt hái nhiều chuyện không hay. Nó chỉ đem lại những chuyện không hay cho quý vị. Để có hạnh phúc, an bình hãy hiền hòa và cảm thông - đó là cách duy nhất. Về lâu về dài thì điều đó rất quan trọng.

Đó là đạo của người tu. Thông tin đó, phương pháp đó do Phật Bảo, Pháp Bảo trao cho ta. Tôi cũng thường dạy những điều ấy. Tôi không dạy gì đặc biệt về dòng này dòng nọ. Tôi cũng không nhắc tới chuyện tôi thuộc dòng truyền thừa nào. Điều đó không quan trọng lắm, không cần thiết lắm, trừ khi có người đề nghị - như khi cần dạy những giáo lý đặc biệt hay ban những quán đảnh chẳng hạn.

Tôi dạy những chủ đề ấy thậm chí ở Tây Tạng và mọi người đều thấy những điều đó có ý nghĩa thực tế trong cuộc sống. Nhờ vậy, mọi người có sự hiểu biết và cách nhìn mới về những giá trị, và những vấn đề quan trọng của Phật giáo. Người Tây Tạng thường rất bình lặng. Người tu ở nhiều nơi trên thế giới cũng giống như vậy - rất kín đáo, rất bình lặng trong tâm. Nhưng giữ bình lặng mãi không phải dễ nên họ cũng thôi [không bình lặng nữa] và [rốt cuộc] rời bỏ cuộc đời này mà không thành tựu gì cả.

Tóm lại, những chủ đề đó của Phật giáo rất quan trọng và rất thực tế. Trong cuộc sống của bạn khi bạn phải giải quyết nhiều việc, đối mặt với nhiều khó khăn trong xã hội, cuộc sống, gia đình thì hiểu biết, cảm thông và kham nhẫn rất quan trọng. Luôn nóng giận, bực bội, khó chịu - những cách xử sự như vậy rất dở và chẳng giúp ích gì cho ta. Chẳng hạn, trong nhà khi vợ hoặc chồng bạn nổi giận vì lý do nào đó thì bạn phải nhẫn nhịn, không được bực tức. Hãy cố gắng buông bỏ chuyện đó để đem lại an bình cho gia đình và cho tâm của bạn.

KURUKULLA - SỨC MẠNH

"Kẻ phàm phu trong luân hồi
không có sức mạnh, do vô minh ám chướng."

"Lời Nguyện cầu Năng lực" này được soạn ở Việt Nam. Tôi có soạn một số lời nguyện Kurukulla và đây là một trong số những lời nguyện mà mọi người thường tu. Quanh lời nguyện này có nhiều câu chuyện hay. Một số người thực hành lời nguyện này và những điều tốt đẹp xảy ra, nên họ tin rằng lời nguyện này rất đặc biệt, nó có lực gia trì,

Đối với tôi Kurukulla không phải là thực hành chính. Đúng ra thì tôi không tu pháp Kurukulla. Nhưng có lần, ở Việt Nam, do nhân duyên khởi mà tôi viết ra lời nguyện này. Tôi cảm thấy Kurukulla là một bổn tôn rất từ bi. Trong cuộc đời tôi Kurukulla là một nguồn hộ trì rất mạnh, theo nhiều cách, mặc dầu tôi không hành trì pháp tu này nhiều lắm. Đó là vì tôi có kết nối [với Ngài], và cũng vì đôi lúc, do phải dạy pháp tu này, nên tôi cũng thực hành một chút; như lễ lạy Kurukulla chẳng hạn.

"Lời Nguyện cầu Năng lực". Đây không phải là năng lực bình thường, không phải thứ năng lực phát sinh do những nhân duyên [nào đó], cực đoan hoặc trung dung. Năng lực này là đại lực khởi từ chân tánh của vạn pháp, chân tánh của tâm. Lời nguyện này nhằm đánh thức, làm sống lại sức mạnh nội tại và tính thanh tịnh của tâm. Kẻ phàm phu trong luân hồi không có sức mạnh, do vô minh ám chướng. Đại lực này *(của chân tâm)* siêu vượt năng lực thế tục. Cho nên với tâm tuyệt đối thanh tịnh ta sẽ thấy chân tánh của tâm và của vạn pháp.

Phải hiểu rằng ý nghĩa chân thực của sức mạnh là hiểu được chân tánh của tâm và chứng ngộ được chân tánh ấy. Sự chứng ngộ đó là sức mạnh, là năng lực chân thực - một thứ năng lực bất hoại có khả năng điều phục tất cả, Niết bàn và luân hồi. Còn những thứ sức mạnh khác không phải là sức mạnh đích thực.

Có nhiều loại giáo lý Phật đà. Vì có nhiều loại căn cơ, căn tánh chúng sinh nên nhiều loại giáo lý được truyền trao. Đối với những chúng sinh rất may mắn, thông minh Đức Phật ban giáo lý có oai lực lớn như giáo lý về bản tánh của tâm.

Xét về tâm, do con người có nhiều hạng căn cơ khác nhau nên giáo lý được dạy ở những thời điểm khác nhau, nơi chốn khác nhau. Nhưng mục đích của giáo lý chỉ có một: đưa chúng sinh tới tự do, tới chốn của đại năng lực. Kurukulla không nhắm tới thịnh vượng vật chất hay tầm cầu thế tục. Mục đích chính yếu là loại trí tuệ ấy, sức mạnh ấy.

Hai hàng kệ đầu tiên nói về tự tánh của tâm. Tự tánh của tâm là như vậy. Trí tuệ của nó giống như thân kim cương bất hoại. Không bao giờ mất đi sức mạnh và tri giác. Cho nên, tự bản thể từ vô thỉ vốn li khổ. Vốn không có nhị nguyên đối đãi của khổ, ác, nhiễm. Bản tâm vốn trong sạch. Tiếng cười của Kurukulla là diệu âm của lạc và không.

Ý nghĩa chân thực của lời nguyện là ta khẩn cầu tới Kurukulla, vì muốn thoát khỏi vọng tưởng phân biệt, chấp trước trong tâm. Ta hiểu rằng bản chất Kurukulla đồng với tánh Không. Khẩn cầu Kurukulla, chúng ta xin Ngài che chở cho ta thoát khỏi biên kiến cực đoan, cho ta sức mạnh trí tuệ, năng lực hiểu ngộ chân tánh thực tại.

Trong lời nguyện còn có 9 Bổn tôn, chúng ta khẩn cầu các Ngài cùng với Kurukulla: A Di Đà, Quán Thế Âm, Mã đầu Minh vương, Orgyen Dzambhala, Tara, Kim cang Du già Thánh nữ. Đôi khi Hồng Tara là Bổn tôn của oai lực, nhưng ở đây Lục Tara là Bổn tôn của tất cả công hạnh. Rồi Kama Raja cùng phối ngẫu và vân vân. Chúng ta khẩn cầu chư vị Bổn tôn này và Kurukulla. Kurukulla là hóa thân của thân khẩu, ý, đức và hạnh của tất cả chư Phật. Vậy nên Kurukulla là một vị Phật vĩ đại. Và chúng ta khẩn cầu Ngài.

Đối với phàm phu, khi vọng tưởng nổi lên, họ liền

rong ruổi theo chúng. Vọng niệm vừa khởi ta liền mất định lực, sức mạnh, và cứ thế đuổi theo chúng. Nếu đấy là ý nghĩ không tốt lành thì ta buồn phiền và tán tâm. Ta bất lực, không có sức mạnh để kiểm soát tâm nên cứ chạy theo vọng niệm, chìm nổi theo chúng. Và ta không mạnh, không tự do siêu việt biên kiến. Đó gọi là hư vọng.

Những ý nghĩ, vọng niệm này như một mạng lưới vô tận vô biên. Cái này nối cái kia, vô số vọng niệm vô tận cứ khởi lên và ta vướng vào đủ loại cảm xúc, tâm trạng. Ta bất lực không trụ được tâm trong hạnh phúc, và đôi khi cũng không thể trụ được cả trong đau khổ nữa. Ta chỉ rong ruổi theo cái ta đang nghĩ. Giờ đây có cơ duyên ta cầu nguyện Kurukulla cứu ta thoát khỏi tình cảnh này.

Trang 3: "Chúng con khẩn cầu ...". Với hiểu biết về tình cảnh của mình và chân tánh của Kurukulla, ta sám hối trước Ngài để tịnh hóa nghiệp đã tạo qua ba cửa thân, khẩu, ý.

Có nhiều cách hiểu khác nhau. Những cấp độ, những thừa khác nhau nói về những đề tài, những vấn đề khác nhau. Và có những cách hiểu khác nhau về vạn pháp, về bản chất của thân người. Vô minh trong ta sâu dày đến mức ta không biết được các phẩm tánh và bản tánh chân thực của những gì thuộc về ta. Nên ta thường sai lầm. Vậy ta sám hối trước Kurukulla: "Nguyện con được tịnh hóa nhờ thành tâm hối hận và nhờ sức mạnh của kết nối này." Chúng ta tụng như vậy để tịnh hóa nghiệp chướng.

Trang 4: "Nguyện tất cả chúng con cho đến khi thành Chánh giác". Ta cầu nguyện về những thứ khác: "Nguyện chúng con tịnh hóa được nghiệp chướng. Nguyện tất cả chúng con cho tới khi thành Chánh giác được thọ hưởng cuộc sống bình an, gia đình hạnh phúc, phước duyên dồi dào ..."

"Nguyện con thành tựu công hạnh làm lợi lạc chúng sinh." Có nghĩa là "Nguyện con trở thành như Đức Thích Ca Mâu Ni làm lợi lạc cho chúng sinh". Chúng ta cũng nguyện: "Nguyện con đem lại hạnh phúc, niềm vui cho những chúng sinh nào nghe thấy con, nghĩ tưởng về con ..." Đó là cách chúng ta phát nguyện làm lợi lạc chúng sinh theo nhiều cách, càng nhiều càng tốt.

"Nguyện trí tuệ và từ bi vô trụ ..." có nghĩa là: "Nguyện con ở đây mãi mãi để làm lợi lạc cho chúng sinh." Có nghĩa là chúng ta không nói: "Ta muốn vãng sanh Tịnh độ. Ta chán cuộc đời này rồi." Không. Ta muốn làm gì đó cho chúng sinh nên ta ở lại đây cho tới chừng nào vẫn còn chúng sinh trong cõi luân hồi. Đó là cách chúng ta phát Bồ đề tâm - đó là động lực của bồ tát.

Nguyện bồ tát là một thứ [năng lực] rất mãnh liệt và rất dũng cảm. Bồ tát không dễ ngã lòng, chán nản. Họ có lòng tin mạnh mẽ, lòng tin vào những thiện hạnh vì lợi lạc chúng sanh. Họ không sờn lòng cho dù khó khăn như thế nào đi nữa. Họ nguyện làm những việc đó. Đó là cách mà các bạn phát nguyện tôi rèn động lực bồ đề.

"Nguyện tất cả bệnh khổ, quỷ ma và chướng duyên ..." trang 5. Chúng ta phát nguyện cho kiếp sống này. Chúng ta nguyện không có [gặp] quỷ ma, năng lượng tiêu cực chướng ngại, rủi ro v.v. "Khi tấm thân huyễn ..." dòng 2 trang 6. Khi cái chết tới chúng ta phải đối mặt với nó như thế nào? Do hành trì pháp Kurukulla, khi thân xác bị hủy hoại, cái chết tới thì ta chuyển tâm thức của mình nhập vào trí tuệ, vào tâm Kurukulla. Nếu tụng lời nguyện này nhiều lần và quán tưởng thì ta có thể thực hiện được điều đó. Nếu các bạn tu pháp này hàng ngày và thiết lập được kết nối mạnh mẽ với Kurukulla, thì khi cái chết tới Ngài sẽ xuất hiện và đưa bạn tới cảnh giới an bình.

Có nhiều tranh tượng Kurukulla khác nhau. Đây là một trong những bức tranh phổ biến nhất. Nhiều người đã biết bức tranh này: một mặt, hai tay, đứng thẳng và tay cầm những pháp khí khác nhau. Tôi đã dạy pháp Kurukulla ở Mỹ nên các bạn có thể kiếm băng ghi âm các buổi giảng để nghe.

(hết bài giảng ngày 13.10.2012)

THƯ RINPOCHE GỬI ĐỆ TỬ

TƯƠNG DUYÊN

Từ đỉnh ngọn kiếm thanh xuân thống lãnh của bất nhị
Bùng lên ngọn lửa thiêu tan mọi vọng tưởng nhị nguyên.
Nguyện cầu Đức Văn Thù, Bổn tôn đoạn diệt
mọi hạnh phúc, khổ đau nhị nguyên đối đãi,
Luôn an trụ bất phân li trong đóa sen nơi trái tim của bạn.

Tôi không có những trải nghiệm hoặc phẩm chất gì đặc biệt xét về các cấp độ và các địa (bồ tát). Tuy nhiên, từ khi còn ít tuổi tôi đã thể hiện một khát vọng và thiên hướng mãnh liệt đặc biệt đối với Giáo pháp và có một cơ duyên tuyệt diệu tiếp xúc với Giáo pháp. Ngoài ra, tôi đã được thừa nhận là tulku và vì vậy mà từ nhỏ tôi đã có một tước hiệu khiến mọi người chú ý và có lòng tin nơi tôi.

Tôi đã có dịp kết bạn với một số người Việt sống ở trong và ngoài nước Việt Nam. Họ quý mến tôi và rất tốt với tôi vì thế mà tôi muốn tới Việt Nam để gặp những người bạn đó. Vừa qua, tôi đã có dịp tới Việt Nam và đi một chuyến du lịch cùng với các bạn. Tôi đã thực sự cảm động một cách sâu sắc khi thấy các bạn đã không nề hà khó khăn, trở ngại, không tiếc thời gian và tiền của để đóng góp công sức cho chuyến đi thành công.

Đó là một dịp để tôi làm quen với một số người mới và biết thêm về những người mình đã quen biết. Và bây giờ, nhờ thành tâm, nhờ đối thoại cởi mở mà chúng ta đã biết và hiểu nhau như những đạo hữu và như những người bạn đồng hành. Câu chuyện về chuyến hành trình tới một đất nước giống như một chuỗi những hạt vàng trong một tràng hạt, và chiêm nghiệm những trải nghiệm đó cũng giống như nhìn vào một tấm gương bằng pha lê. Mỗi chặng của cuộc hành trình đều có một thứ gì đó để ta học hỏi; ta có thêm được những cảm nhận mới, cách nhìn mới về đạo lộ phải đi, và có thêm được lòng tin vào sự cần thiết phải có một trí tuệ rộng mở.

Tôi tin rằng trong chuyến hành trình xuyên đất nước vừa qua tất cả mọi người đều học được một điều gì đó mới mẻ và mở rộng tầm hiểu biết của mình. Không những thế, chúng ta còn có dịp nhìn sâu hơn vào tâm thức mình để xem lòng tin của mình mạnh mẽ tới đâu, tâm của mình vững vàng tới đâu, và trái tim mình trong sáng tới mức nào.

Có câu nói rằng nếu ta không có đức tin vững chắc vào Giáo pháp của Đức Phật thì không thể nhận được ân phước và gia trì, gia hộ. Cũng giống như vậy, trong cuộc sống thường ngày, khi một người không có được một trái tim trong sáng thì không thể kiếm được những người bạn tốt để có thể tin cậy.

Theo truyền thống văn hóa Tây Tạng người đã chia sẻ

với mình một chặng đường được xem là một người bạn quý. Cũng như vậy, các bạn đã trở thành những người bạn đường quan trọng của tôi.

Nếu hình dung thế giới này của chúng ta như một bức tranh rất chi tiết, tuyệt đẹp và sống động thì mức độ chúng ta cảm nhận được vẻ đẹp và chất nghệ thuật của bức tranh tới đâu phụ thuộc vào khả năng và căn tánh của mỗi người. Trên thực tế, tất cả những gì ta cảm nhận là tốt hay xấu trong thế giới này thật ra là muôn vàn hình tướng hóa hiện khác nhau sinh từ mảnh đất nhân duyên của riêng mỗi cá nhân. Vì vậy, nếu bạn đưa ra một quyết định nào đó mà chỉ dựa thuần túy vào cảm nhận của cá nhân mình, vào nhân duyên của riêng cá nhân mình thì sẽ rất khó nhận ra được bản tánh tương duyên mà tất cả mọi sinh tồn đều chia sẻ. Vì vậy, chúng ta phải nương tựa vào nhau, tôn trọng lẫn nhau, kiên nhẫn với nhau, tốt bụng với nhau, nói chuyện với nhau bằng cả con tim, cảm thấy thoải mái cùng nhau, cảm thấy yên vui bên nhau v.v. Điều này sẽ làm cho những gì quý giá, những gì được định hướng đúng đắn, những gì tốt đẹp và chói ngời phẩm chất trí tuệ trong cuộc đời của mỗi cá nhân bừng nở, và bạn sẽ trân quý những cách cảm nhận (cuộc đời) của người khác. Và bạn sẽ gieo trồng những hạt giống của hạnh phúc và thiện lành.

Khi nào tôi viết tôi cũng hay viết dài, khi nào tôi nói, tôi cũng hay nói lâu, vì vậy xin được dừng lời ở đây, trước khi các bạn bắt đầu cảm thấy nhàm chán.

Với tất cả lòng kính trọng sự tận tụy, tận tâm, tận lực của các bạn; với lời cầu nguyện cho thành tựu mọi ước nguyện của các bạn, và với lời cầu nguyện cho các bạn có được hạnh phúc trọn vẹn, phước lành, thọ mạng dài lâu và sức khỏe.

Những lời này được dâng tặng với lòng kính trọng bởi (ký tên) Hungkar Dorje, kẻ lữ hành của xứ tuyết, trong lâu đài của những vầng mây cam lồ trắng ở trong tim của một đóa sen xanh trên bầu trời (lơ lửng) phía trên đầu mảnh đất miền tây nước Mỹ.

Ngày 16.11.2009
Trên một chuyến bay từ hạt Orange tới Houston, Texas, Hoa Kỳ.
(thư Ngài Hungkar Dorje Rinpoche gửi những người tham gia chuyến hành trình xuyên việt với Ngài tháng 10.2009)

*"Các tu viện Phật giáo chắc chắn phải là
nơi duy trì ngọn lửa của cả pháp học (pháp lý thuyết)
và pháp hành (pháp tu chứng)"*

GỬI NGƯỜI TÌM THẦY HỌC ĐẠO[3]

Gửi Lotsawa[4] và tất cả,

Thầy hy vọng mỗi người đều đang tiến bộ, trong cả đạo và đời. Với Phật giáo, tự do là điểm then chốt. Vậy nên, ai đó có đức tin nơi Pháp Phật hay không thì cũng OK thôi. Mỗi cá nhân đều có quyền tự do lựa chọn: tin nơi Đức Phật hay không tin nơi Ngài. Cũng vậy thôi: mỗi cá nhân có quyền lựa chọn tin hay không tin vào người này, điều này, hay người khác, điều khác. Nếu người ta đã muốn theo cái này cái kia, thì cứ để họ tự do lựa chọn theo ý họ thích.

---

[3] Ngài Hungkar Dorje Rinpoche gửi bức thư này ngày 5.02.2012 trả lời thư thỉnh cầu của một số người trong nhóm bạn đạo của Hiếu Thiện (Lotsawa) ở Hà Nội. Sau khi đọc thư Thầy cả nhóm hoan hỉ muốn gửi thư này tới tất cả những bạn đạo hữu duyên. Rinpoche tán đồng, Ngài viết :"Xin hiểu rằng bức thư thầy không viết về riêng một cá nhân nào mà về vấn đề chung [cho tất cả]. Ai muốn tìm thầy học đạo đều phải "tìm" theo cách bức thư này chỉ dẫn." Tên chung của hai bức thư là do người dịch đặt để để cho người đọc phân biệt giữa các bức thư Thầy gửi.

[4] Lotsawa (Phạn ngữ) – RIGPAWIKI: dịch giả các kinh sách Phật giáo tiếng Phạn sang tiếng Tạng.

Thế nhưng, câu hỏi do đây mà nảy sinh ra là: "Tại sao ai đó lại chọn để theo một truyền thống này nọ hay một vị thầy này nọ?" Liệu người ấy đã thật sự có hiểu biết căn bản để có thể chân thật gắn kết với cái truyền thống đó, ông thầy đó hay chưa? Hay là họ cứ mê mê, say say như thế mà chẳng có một căn cứ, một nguyên cớ nào cho thật là rõ ràng, chân xác cả?

Thật ra, khi người ta đã đặt lòng ái mộ vào một ai đó, một cái gì đó rồi (có nguyên cớ hoặc không có nguyên cớ rõ ràng, chân xác) thì cũng thật khó để mà nói chuyện đúng hay sai ở đây nữa. Bởi lẽ, cái mê say, gắn bó kia nó đã được đặt ở đó mất rồi. Còn giả như ai đó vẫn chưa có chút tin tưởng, gắn bó nào cả, thì lại càng khó mà nói là có thể đưa cái tâm chí thành, cái gắn bó vào trong lòng họ nổi. Vì ai mà biết được liệu cái tín tâm, cái gắn bó [được đưa vào] đó rốt cuộc có mang lại cho người đó sự thỏa mãn sâu sắc, chân thực nào hay không.

Theo thầy, người ta cần phải tự quyết định với chính lòng mình cho rõ ràng rằng: họ có thật sự khát khao, gắn bó hay không? Khi ai đó phán xét rằng việc này hay việc kia là thiện hay ác, thì lời phán xét đó chưa hẳn có chút giá trị nào cả. Bởi vì, thiên hạ quen thói nói theo cái họ thích, chứ có mấy ai nói với sự hiểu biết chân thực. Trong trường hợp như vậy, người ta phải tự quyết định lấy việc học hỏi, khảo sát, và tư duy quán chiếu. Nếu ai đó có phản hồi tốt cho việc họ làm, thì câu trả lời cho họ là "có"; còn nếu không, thì câu trả lời là "không". Ngày nay chúng ta có đầy đủ phương tiện như sách vở, internet để nhận mọi thông tin cần thiết. «Lời Vàng của Thầy Tôi»[5] cung cấp cho chúng ta những gì có liên quan tới vấn đề này.

Mà thật ra thì cũng rất khó cho người được hỏi để đưa ra câu trả lời cho thật rõ ràng: "YES" hay là "NO". Bởi lẽ, người đó chẳng hiểu nổi rốt cuộc cái gì là mấu chốt ở đây, hoặc giả người đó chẳng biết được những ước vọng gì đó của cái đa số ấy. Nếu đây là một suy nghĩ tốt lành thì ắt hẳn cái đa số kia sẽ chẳng bỏ phiếu cho cái suy nghĩ ấy. Còn nếu như đó là những suy nghĩ của cái đa số kia thì ... đã có sẵn ở đó một hạt giống [nghiệp] sâu dày [nơi đó] rồi. Và cái hạt giống [nghiệp] ấy cứ thế mà mọc lên theo cách khế hợp [với nhân đã gieo]. Giả như đây là một vấn đề gây tranh cãi thì ... mọi người lại cảm thấy cần hòa bình, và cần nhiều hòa bình cơ. Còn nếu đó là một vấn đề mà tất cả mọi người đều thấy OK cả, đều một lòng một dạ cho là TỐT, thì khi đó chúng ta có được hòa bình nhưng lại

---

[5] "Lời Vàng của Thầy Tôi" là cuốn sách mà Rinpoche đã khuyên đệ tử lấy làm tài liệu tu chính yếu và đọc đi đọc lại càng nhiều lần càng tốt. Đây là cuốn luận của nghi quỹ Ngondro Longchen Nyingthig nhưng đồng thời cũng là cuốn sách gối đầu giường của người tu ở Tây Tạng thuộc tất cả các dòng phái khác nhau.

thiếu mất *debates*[6] (tranh luận, bàn cãi).

Lời khuyên của thầy gửi tới các bạn là:

hãy học hỏi, khảo sát nhiều hơn,

hãy tư duy, đào bới sâu hơn,

hãy so sánh cách đối nhân xử thế,

hãy xem xét phẩm hạnh chính yếu,

hãy xem xét cách hành xử, cách nhìn nhận sự việc,

hãy xem cả lời nói lẫn việc làm,

đừng dừng nơi lời nói, hãy nhìn sâu vào đức hạnh,

đừng dừng nơi cửa miệng, hãy nhìn sâu vào con tim,

đừng nghe cái uyên áo êm tai, hãy nhìn sâu vào toan tính ẩn giấu trong tâm,

đừng bị hấp dẫn, dối lừa bởi cái huyền bí, thâm mật[7], hãy nhìn vào đạo hạnh hiển nhiên dung dị !!!

---

[6] Chữ "debates" có ngữ nghĩa hàm súc trong Kim Cương Thừa vì vậy chỉ có thể tạm dịch là "tranh luận", "bàn cãi". Đức Đạt Lai Lạt ma nói về "debates" như sau: "… Pháp chân thật có nghĩa là thực sự đi thật xa vào tận bên trong. Điều đó có nghĩa là thảo luận, là đàm đạo với những con người khác; có nghĩa là tranh luận, bàn cãi với mọi người xung quanh và tranh luận, bàn cãi với chính bản thân mình. Nếu chỉ đơn giản là tới đây, chỉ tới đây để thấy tôi thì chưa thể nói là tốt rồi được. Tranh luận một cách thật sâu sắc (deep debate), thực hành Pháp một cách thật sâu sắc (deep Dharma practice) từng ngày, hàng ngày. Điều đó mới thực sự làm cho Pháp hữu ích cho thế giới của chúng ta và cho con tim của các bạn."

[7] Xin xem giải nghĩa của Rinpoche trong bức thư sau, ngày 11 tháng 2.

Thầy hy vọng thư này sẽ đem lại cho các bạn một vài ý tưởng và định hướng cho đường tu. Cầu chúc các bạn sức khỏe, bình an, hạnh phúc. Hãy hiểu biết và cảm thông, hãy vững bước trên con đường tu.

Xin cám ơn từ tâm của tất cả, những trái tim ấm áp, những tấm lòng tận tụy, thương yêu.

Hungkar Dorje

Gửi Lotsawa[8],

Xin lỗi thầy trả lời thư hơi trễ vì công việc đã lên kế hoạch.

Những gì viết ở trong bức thư đều là chuyện có thật mà người tu cần biết khi tìm thầy. "Hidden" nghĩa là: người mới vào đường tu đừng quá tin rằng có những phẩm chất quá ư đặc biệt trong vị thầy mà người thường không dễ gì thấy được; thật ra, đạo hạnh, cách đối nhân xử thế mới là cái [thật sự] quan trọng. Nếu có ai đó tỏ ra rằng họ có những phẩm chất rất đặc biệt này nọ trong tim, trong tâm hay nói như vậy, thì cũng chưa chắc đó là sự thật. Nhưng nếu cách hành xử tốt, hợp giáo pháp thì hiển nhiên đó là người tốt thật.

Ngày nay có nhiều người không thật là những người được giáo dục tốt mà chỉ có vẻ như vậy thôi. Bởi do phần lớn người học đạo không biết Pháp chân thực là gì, không biết Pháp đòi hỏi ở một vị thầy những [phẩm chất] gì, cho nên, người có cái miệng khéo léo êm tai thường hấp dẫn nhiều đệ tử, còn kẻ trung thực, khiêm nhường lại khó được ai biết đến. Vì vậy, mới bước chân vào thềm đạo bạn đừng

---

[8] Sau khi trao đổi về bản Việt dịch với một số dịch giả và bạn đạo, Hiếu Thiện đã viết thư hỏi Rinpoche về một vài điểm trong bức thư ngày 5.02. Vì vậy ngày 11.02 Ngài gửi Hiếu Thiện (Lotsawa) bức thư này.

kiếm ai giỏi nói nhiều [pháp] hay, mà hãy tìm người tu từ hòa, đạo hạnh tốt. Đừng kiếm kẻ tâm thường để nơi tiền bạc, thế gian. Hãy tìm ai thật lòng muốn làm người tu đạo.

Có một lỗi trong bức thư: chữ "compete" phải thay bằng "compare". So sánh người này với người khác là một cách tốt để hiểu người, để xem đạo hạnh, cách hành xử của người đó có thật tốt hay không.

Cám ơn tấm lòng của con.

Hungkar

"Bởi tuổi thơ không được cắp sách tới trường nên tôi vẫn có cảm giác thiếu vắng một cái gì đó."

ĐỘNG LỰC THIỆN LÀNH

Tây Tạng

"Bất chấp mọi thứ, họ không bao giờ ngã lòng trước nghịch cảnh. Họ vẫn tới nghe Pháp ngồi yên lặng giữa trời băng giá. "

Xin cám ơn tất cả về sự giúp đỡ, ủng hộ mà các bạn đã dành cho tôi trong suốt những năm tháng qua và nhân đây tôi cũng muốn nói với các bạn đôi lời về tu viện chúng tôi. Tây Tạng được gọi với cái tên "nóc nhà của thế giới". Đây là một miền đất bao la xinh đẹp nơi có những rặng núi cao, những nguồn suối trong và hồ nước mát, những bầu trời xanh và làn mây trắng. Đây là miền đất Phật, nơi mà ra ngõ là gặp người tu Phật và các tu viện nở rộ như hoa mùa hè vậy. Thế nhưng, xét ở một phương diện khác thì đây là một vùng đất nghèo và chậm phát triển, nơi mà ngay cả việc đi lại cũng khó khăn với mùa đông băng giá và thời tiết đột ngột thay đổi kiểu "sớm nắng chiều mưa".

Golog

"Golog cũng là nơi sông lớn Hoàng Hà uốn mình lượn qua ..."

Đất thiêng Golog là một trong sáu huyện của tỉnh Thanh Hải, nằm về phía nam hồ Kokonor sáng chói mênh mông. Golog có diện tích khoảng 77.000 km2 với khoảng 160 000 cư dân, trong đó có 150 000 người Tây Tạng. Golog gồm có 6 quận với quận ly Dawu là trung tâm kinh tế, chính trị và văn hóa. Nơi đây có ngọn núi xinh đẹp Amnye Machen cao tới 6.282 mét (20.605 bộ). Golog có núi non trùng điệp: những rặng núi tuyết, rặng núi đá, những cánh rừng xanh, những triền đồi phủ cỏ đồng nội và những thảo nguyên rộng lớn. Golog cũng là nơi sông lớn Hoàng Hà uốn mình lượn qua trước khi chảy xuống đồng bằng. Nơi đây có nhiều con sông cùng rất nhiều hồ lớn nhỏ. Chốn thâm sơn cùng cốc hoang sơ này có nhiều thú sống ở độ cao như sư tử tuyết, báo tuyết, bò yak rừng, lừa hoang Tây Tạng, sơn dương Tạng và những đàn nai duyên dáng. Nguồn sống chính của cư dân du mục ở đây là những đàn bò yak và cừu.

Tu viện

Tu viện chúng tôi do Tổ Do Khyentse (1800-1866), một Đại sư của thế kỷ XIX hóa thân của Tổ Rigdzin Jigme Lingpa (1729-1798), thành lập vào thập niên 1820. Lúc đầu tu viện chỉ là một chiếc lều du mục làm bằng lông bò yak được di chuyển từ nơi này qua nơi khác. Tu viện vẫn sống sót qua được những thời kỳ khắc nghiệt như thời các đội quân Hồi giáo xâm chiếm và thời kỳ Cách mạng Văn hóa Trung Quốc. Đó là nhờ một dòng tiếp nối liên tục các bậc Đạo sư với tâm dũng mãnh vô song và nỗ lực phi thường đã tiếp tục duy trì, phát triển các truyền thống, các dòng pháp của tu viện. Đặc biệt, vị trụ trì thứ 9 của tu viện, Ngài Pema Tumdrak Dorje (1934-2009) hay Lama Sang như mọi người thường gọi, đã gìn giữ, bảo vệ dòng pháp của tu viện. Và vào năm 1980 Ngài đã bắt đầu xây dựng tu viện ngày nay, một tu viện đăng ký chính thức được chính quyền Trung Quốc công nhận.

Lama Sang

Lama Sang đã phải đối mặt với vô vàn khó khăn để xây dựng lên tu viện này đáp lại mong ước và nhu cầu của bao người. Bắt đầu từ một cộng đồng tu với 30 vị tăng nơi đây đã phát triển lên thành một tu viện có 500 tu sĩ và khoảng 100 hành giả hành giả yogi. Ngài cũng đã xây dựng bảo tháp Bodhanath của Xứ Tuyết, phiên bản của tu viện Samye, phiên bản của đền thờ Mahabodhi ở Bồ đề Đạo tràng v.v. Nhưng Lama Sang đã từ giã thế giới này để đi về một miền khác, bởi vô thường là bản chất của vạn pháp.

Trụ trì

Bắt đầu từ năm 2000 theo ý nguyện của Lama Sang tôi bắt đầu nhận trách nhiệm chăm lo nhiều hoạt động của tu viện. Sau khi Lama Sang viên tịch dân chúng trong vùng, với hy vọng tràn đầy trong ánh mắt họ chắp tay tha thiết thỉnh cầu tôi đáp lại mong ước của họ. Và tôi không còn sự lựa chọn nào khác hơn là gánh lấy trọng trách này trên đôi vai của mình.

Trở thành vị trụ trì một tu viện là tham vọng của nhiều người – họ sẵn sàng tranh đấu để chiếm cho được ngôi vị đó. Đối với tôi điều đó tự nó đến: đơn giản là tôi được trao cho một trọng trách. Có nhiều người bỏ công nghiên cứu kinh sách với ước vọng thầm kín: được trở thành một bậc thầy vĩ đại, được đi đó đi đây tới các thành phố lớn, tới những miền đất lạ, xây dựng nhiều đền đài miếu mạo và thu nạp được [nhiều] đệ tử. Tuy nhiên trong thời gian tôi học tập, nghiên cứu giáo Pháp động cơ duy nhất của tôi là sự tiến bộ trong việc tu học; ngoài điều đó ra tôi không có một mục tiêu nào khác. Vì vậy tôi không cảm thấy đó là một sự kiện đặc biệt để ăn mừng khi bỗng nhiên tôi thấy mình mang trên vai trách nhiệm về cả một tu viện lớn. Nếu một người chuẩn bị lãnh trách nhiệm trụ trì một tu viện thì người đó phải học tập, nghiên cứu thật thấu đáo. Có nhiều vị trụ trì là những bậc đạo sư lớn, thông tuệ tuyệt vời, giới hạnh thanh tịnh và có bản tánh thiện lành. Nhưng cũng có những vị trụ trì chẳng chịu học hành, hiểu biết thì nghèo nàn song lại cố giành cho được địa vị ấy bằng những nỗ lực sắt đá không ngơi nghỉ và cả bằng sức mạnh của tiền bạc, của cải.

Gian truân

Về phần tôi, tôi đã sinh ra vào một thời kỳ đầy gian truân. Mãi đến năm lên chín tôi mới bắt đầu học đọc học viết. Đó là thời kỳ mà tất cả mọi người phải sống trong nỗi khiếp sợ cùng tột vì vậy mà không ai dám nghiên cứu Phật pháp hoặc thực hiện các nghi lễ Phật giáo. Thời gian duy nhất trong ngày mà chúng tôi có thể học một cách bí mật là vào lúc nửa đêm. Vào thời kỳ đó, ở Golog trường học cũng không có huống hồ là tu viện vì vậy mà hoàn toàn không có bóng dù chỉ một vị sư khoác y tu viện. Khi việc tu học Phật rốt cuộc đã được cho phép thì nhiều người trong số những người tôi quen biết đã có thể mặc áo tăng và cho mọi người biết rằng họ là tu sĩ. Các cộng đồng tu bỗng nhiên xuất hiện như cỏ hoa trên cánh đồng cỏ xanh. Suốt cho tới thời điểm đó họ buộc phải khoác y áo đời thường. Và việc thấy một ai đó cầm một tràng hạt trên tay lại còn hiếm hoi hơn nữa. Vì vậy ngoài cái đầu đã xuống tóc ra thì không có một dấu hiệu gì cho thấy một ai đó là tu sĩ.

Tuy nhiên, các vị Đạo sư và các tăng thân (shanga) ấy đã giữ việc tu hành thật thanh tịnh ở bên trong. Nhờ lòng bi mẫn của các vị ấy mà chúng tôi đã được thọ nhận cam lồ của giáo lý Phật đà. Về phần mình, tôi không có được điều kiện thuận lợi nhất để học giáo lý cũng như các ngành học khác nhau. Nhưng tôi thấy mình vẫn là người may mắn đã có được chút học vấn và một mãnh lực tự nhiên hướng tới chánh Pháp so với nhiều vị lạt ma hoặc vị tăng khác do hoàn cảnh khó khăn hoặc do thiếu khát khao mãnh liệt đối với giáo Pháp mà đã hoàn toàn không thể học được chút giáo lý nào cả.

Dòng Pháp tôi được truyền thừa là pháp Trung quán của Cổ mật, pháp tuệ Ba la mật, pháp tu tiên yếu, pháp tu tsalung (nội hỏa), pháp tu Dzogchen v.v. và tôi thọ nhận các bộ pháp trọn vẹn cả giai đoạn phát khởi lẫn giai đoạn toàn thiện. Ngoài ra tôi đã tu học tri kiến và pháp thực hành của các truyền thống khác như phái Gelugpa. Tôi có cảm giác rằng mình giống như một người có đôi mắt sáng lại được thêm một chiếc kính viễn vọng để nhìn.

Bản thân tôi có duyên được tiếp xúc, tìm hiểu ngôn ngữ và văn hóa của các miền đất khác nhau và nhờ đó mà tôi được biết thêm nhiều về cách những người thuộc các nền văn hóa khác cảm nhận thế giới này. Ngoài ra, tôi cũng có dịp gặp gỡ nhiều người ở khắp nơi trên thế giới và hình thành những mối quan hệ bằng hữu gắn bó qua tất cả những thăng trầm của cuộc đời.

Nguyện ước từ tiền kiếp

Dường như trong kiếp trước tôi đã từng cầu nguyện: "Nguyện cho con được du hành khắp nơi trên thế giới này và với tất cả mọi người đều luôn trải tình thương yêu cùng ước mong làm lợi lạc cho họ bằng những lời dịu dàng, êm ái đem lại an bình trong tâm." Những người bạn của tôi luôn tốt bụng và ân cần với tôi trong khi tôi chẳng có gì để tặng họ ngoài những thông điệp về hòa bình và lòng nhân ái.

Tuổi thơ

*"Nhưng tôi cảm thấy tự hào rằng
mình không đánh mất đi an bình và tự tại trong tâm."*

Tôi sinh ra trong một gia đình du mục bình thường suốt bốn mùa xuân hạ thu đông rong ruổi theo những đàn gia súc, lấy thịt và da của chúng, uống sữa tươi và ăn sữa chua của chúng. Vào thời buổi ấy và trong môi trường ấy chữ "giáo dục" hoàn toàn vắng bóng. Công việc chăn thả gia súc được truyền từ thế hệ này sang thế hệ khác mà không đòi hỏi phải học hành, nghiên cứu hay sử dụng gì nhiều tới bộ óc. Ở trong vùng, gia đình tôi thuộc loại lớn và có nhiều của cải so với những gia đình khác, nhưng cơn lốc Cách mạng Văn hóa đã cuốn đi tất cả chỉ để lại ít người sống sót và chút ít dấu vết của tài sản.

Trong thời buổi khốn khó ấy mẹ tôi phải chịu đựng một áp lực nặng nề: toàn bộ tài sản bị mất trắng, chưa từng bao giờ được tới trường, chưa từng bao giờ biết lo kiếm tiền mà nay bỗng phải một mình lo nuôi năm đứa con. Vậy nên khi tôi còn nhỏ tất cả thức ăn mà chúng tôi có chỉ là sữa chua vào mùa hè và bột tsampa vào mùa đông. Chúng tôi không biết tới một loại thức ăn nào khác vì thực phẩm hồi đó vô cùng khan hiếm. Dạ dày của chúng tôi luôn thèm khát hương vị của bánh mì và cơm, song xét cho cùng chúng tôi đã rất may mắn cho dù là chỉ có sữa chua hay tsampa mà thôi.

Chỉ khi lên 11 hay 12 tuổi gì đó tôi mới được nhìn thấy bắp cải, cải chíp lần đầu tiên. Lưỡi tôi lúc ấy mới được chạm vào các thức đó và biết tới mùi vị của chúng. Cứ nghĩ tới cảnh sống mà tôi và các bạn tôi thời thơ ấu đã trải qua thì thật không thể tin nổi làm sao mà chúng tôi vẫn còn sống sót và có thể thành tựu được ước nguyện của đời mình. Suốt tuổi thơ tôi chưa một lần cắp sách tới trường. Cha mẹ tôi và người thân trong gia đình không có thời gian để chăm sóc tôi với tất cả tình yêu thương như họ luôn mong muốn.

Tôi lớn lên trong giông tố của sợ hãi và hiểm nguy. Nhưng tôi cảm thấy tự hào rằng mình không đánh mất đi an bình và tự tại trong tâm. Và giờ đây tôi có thể đi đó đi đây trong thế giới này làm một sứ giả của an bình nội tại. Tất cả là nhờ lòng bi mẫn của cha tôi. Người đã cho tôi cuộc sống này. Nhưng hơn thế nữa, Người đã trao cho tôi cả trọng trách lớn lao này, đó là một đại duyên để đem lại lợi lạc cho mọi chúng hữu tình.

Thiện tâm

"Nếu tâm hồn tôi là một con ong thì nó sẽ luôn vo ve quanh vườn hoa của hạnh bồ tát chẳng bao giờ rời xa."

Khi còn nhỏ tôi thường rất xúc động mỗi khi được nghe kể về cuộc đời của các vị bồ tát. Những câu chuyện ấy là thức ăn có hương vị tuyệt vời và rất bổ dưỡng cho tâm hồn tôi. Nếu tâm hồn tôi là một con ong thì nó sẽ luôn vo ve quanh vườn hoa của hạnh bồ tát chẳng bao giờ rời xa. Vậy nên từ nhỏ tâm tôi đã kiên định hướng theo tiếng gọi của hạnh bồ tát. Tâm bồ đề, tâm từ và bi đã trở thành mục đích của cuộc đời tôi, là người bạn đồng hành của tôi trên đạo lộ. Tôi luôn luôn dấn thân vào bất cứ việc gì làm tăng trưởng hạnh bồ tát hạnh và tránh xa bất cứ việc gì làm tổn hại đến hạnh nguyện ấy.

Tôi là một trong số bảy tỉ người hiện đang sống trong thế giới này. Tôi không phải là một nhà lãnh đạo đầy quyền lực, không phải là một doanh nhân và cũng không có tham vọng hay ác tâm nào cả. Tôi chỉ muốn đi theo tiếng gọi của hạnh bồ tát. Tiếng gọi của hạnh bồ tát không phải do một vị bổn tôn nào ban cho tôi, tôi cũng không mua nó bằng tiền hay dùng sức mạnh để chiếm đoạt. Nó đến với tôi do nhất tâm trụ nơi động lực thiện lành. Nó là quả lành của công đức và những lời cầu nguyện của tôi. Vì vậy, có lẽ trong nhiều kiếp trước tôi đã từng là một người có một động lực sống, một lẽ sống rất tốt lành.

Thiện nghiệp

Động lực thiện lành này từ bao tiền kiếp đã tạo nên thiện nghiệp che chở cho tôi. Vì vậy tôi tin rằng trong những kiếp ấy chắc chắn tôi đã từng đạt được một thành tựu nào đó rất xuất sắc. Việc đó đem lại lợi lạc không chỉ cho riêng tôi mà cho cả những người khác. Và tôi sẽ còn tiếp tục mang thông điệp về sức mạnh của động lực thiện lành tới tất cả [chúng sinh].

Trở ngại lớn nhất

" ... cái vấn nạn lớn nhất của chúng ta ... là ta luôn đem tám ngọn gió đời trộn lẫn vào việc tu Phật của mình."

Bởi vì động cơ thanh tịnh, tốt lành rất cần để tu hạnh bồ tát, tôi tin rằng bất cứ khó khăn nào đến với người tu hạnh bồ tát đều đáng quý và đáng để ta [hoan hỉ] đương đầu. Tuy nhiên, cái vấn nạn lớn nhất của chúng ta, cái lỗi lầm người tu thường mắc phải – đó là chúng ta luôn đem tám ngọn gió đời (lợi, suy, vui, khổ, vinh, nhục, khen, chê - LND) trộn lẫn vào việc tu Phật của mình. Đây không chỉ là cái nạn của những hành giả sơ cơ bị kẹt vào những toan tính thế tục. Không ít các vị trụ trì có nhiều đệ tử hoặc các vị đạo sư lớn nổi tiếng cũng không khỏi vướng vào những ngọn gió ấy. Họ nói:" Đây là truyền thống của tôi, đây là tu viện của tôi, đây là đệ tử của tôi" và rất sâu trong tâm thức họ bị dính chặt vào những chuyện đó. Đặc biệt, họ thường nói: "Đây là những đệ tử của tôi" rồi giữ chặt lấy những đệ tử ấy bằng mọi cách kể cả việc mắng mỏ hay hăm dọa. Muốn được thiên hạ tôn vinh họ quay ra tự ca ngợi mình, phê phán người này người kia và làm nhiều điều khác nữa.

Ai đã thoát khỏi tám ngọn gió đời và họ ở đâu ? Tôi luôn hết sức cẩn trọng bởi tôi cũng rất sợ chính mình sẽ trở thành giống như họ.

Lãnh trách nhiệm

Sau khi Lama Sang viên tịch tôi có nhiều cuộc gặp với các đệ tử chính của Ngài để trao đổi với họ về những lợi lạc của việc tiếp tục duy trì tu viện và những tổn hại xảy ra nếu không thực hiện được điều này. Chúng tôi đều đồng quan điểm rằng phải tiếp tục duy trì tu viện vì như vậy sẽ giữ lòng bi mẫn của Lama Sang sống mãi. Tăng thân rộng lớn này sẽ tiếp tục thọ nhận giáo lý (văn), tư duy quán chiếu (tư) và công phu hành trì (tu). Điều đó sẽ giúp cho việc truyền bá giáo lý Phật đà. Những ai gắn bó với tu viện bằng tâm chí thành chí tín sẽ có cơ duyên thọ nhận giáo lý. Và các hành giả sẽ có được vô lượng lợi lạc.

Đối mặt với khó khăn

Trong ba năm sau khi Lama Sang viên tịch cộng đồng tu tu sĩ tiếp tục phát triển, nhưng nơi ăn chốn ở của chư tăng đang dần dần xuống cấp và đổ nát. Ở độ cao này luôn có những trận gió hung hãn có sức phá tan tành cả đất đai lẫn đá sỏi huống hồ là tấm thân con người. Vì vậy chúng tôi không có lựa chọn nào hơn là xây nơi ở mới cho chư tăng, bởi vì cộng đồng tu sĩ là tác nhân xiển dương việc thực hành giáo pháp.

Giá của vật liệu xây dựng leo thang không ngừng nghỉ, đặc biệt là ở Trung Quốc, vậy nên chúng tôi cần thêm nhiều tịnh tài. Đây âu cũng là chuyện của thời buổi ngày nay. Các tu viện Phật giáo chắc chắn phải là nơi duy trì ngọn lửa của cả pháp học (pháp lý thuyết) và pháp hành (pháp tu chứng) bởi vì hai hoạt động đó chính là mạch sống, là trái tim của một tu viện. Không có pháp học và pháp hành thì dẫu tu viện có xây cả một tòa tháp bằng vàng cao 600 bộ đi nữa thì rốt cuộc đó cũng chỉ là một bộ mặt không hồn mà thôi.

Chörig Lobling: học viện trong tu viện

Các học trò của Chorig Lobling (một học viện thuộc tu viện) tất cả đều là những vị tăng tâm thuần khiết như vàng. Nơi đây có các học sĩ rất tinh cần trong việc học giáo lý (văn) và tư duy quán chiếu (tư) cùng các vị tăng đang miên mật tu hạnh thiểu dục, tri túc. Việc giáo dục do trường thực hiện có chất lượng cao vì vậy ngày càng có nhiều học trò từ các vùng như Amdo, miền trung Tây Tạng và vùng Kham tới đây. Tuy nhiên, các công trình xây cất và các trang thiết bị dành cho người học ở đây còn rất thô sơ. Tu viện có một trung tâm nhập thất dành cho pháp tu Vajrakila, nơi mà hàng năm mỗi người trong khóa nhập thất trì tụng một triệu chú Kim Cang Tát đỏa và một triệu chú Vajrakila. Chúng tôi là những vị hộ trì cho giáo lý của dòng truyền thừa Dzogchen, vì vậy trong tương lai tôi sẽ thành lập một trung tâm nhập thất có chất lượng cao dành cho các giai đoạn của pháp tu Dzogchen

Ni viện

Vào thời xưa ở Golog không có ni viện. Người ta thường xem thường phụ nữ thậm chí đối với cả những người đã thọ giới xuất gia. Theo tôi đó là một điều không thể hiểu nổi: tại sao phụ nữ nói chung và ni sư nói riêng không được tôn trọng. Vì vậy tôi đã thành lập một ni viện. Đó là ni viện đầu tiên ở Golog và được đánh giá cao xét về phương diện giới luật thanh tịnh. Các ni sư ở đây rất khiêm tốn. Họ giữ giới luật như giữ gìn con ngươi của mắt mình và trên nền tảng căn bản này họ ngày càng có nhiều cơ duyên để học giáo lý và những ngành tri thức khác nhau.

Bảo tồn các di sản của Lama Sang

Chúng tôi có những kế hoạch tuyệt vời để bảo tồn khu vực riêng của Lama Sang. Đây là khu dành riêng cho việc thực hành các bộ phục điển (terma) do chính Lama Sang khai mở, thực hiện các lễ puja và khóa lễ Drupchen hàng năm theo đúng chỉ dạy của Ngài. Chúng tôi đã thu xếp được thầy dạy cho các hành giả yogi và xây dựng được cơ sở vật chất cùng trang thiết bị để giúp họ học giáo lý và các ngành tri thức khác nhau.

Trường Hungkar Dorje

Bởi tuổi thơ không được cắp sách tới trường nên tôi vẫn có cảm giác thiếu vắng một cái gì đó. Vì vậy tôi cảm thấy mãn nguyện khi mình có thể tạo lập cho thế hệ trẻ cơ hội học hành. Với mong muốn đem lại cho lớp trẻ một tương lai tươi sáng hơn tôi đã dành mấy năm trời xây dựng một trường học để trẻ em có thể học tiếng, học viết và học kỹ năng nghề nghiệp. Các giáo viên ở đây làm việc cần cù để chăm lo vun trồng cho các em với động cơ trong sáng. Họ đã giúp cho các em có được sự chăm sóc giáo dục chất lượng cao mang lại những kết quả xuất sắc. Vì vậy, việc này dần dần được mọi người dân Tây Tạng biết đến và đánh giá như là một hình mẫu trường học mới đáng tán thán.

Việc xây cất nơi độ cao đặc biệt như vùng quê tôi với sức hủy hoại của gió lạnh và băng tuyết thật không dễ dàng chút nào. Và việc duy trì bảo dưỡng những gì đã được xây nên cũng hết sức khó khăn. Vào tiết trời giữa đông cái lạnh cắt da của thời tiết giá băng ở độ cao này chẳng khác gì một lưỡi kiếm sắc. Người ta có thể nhìn thấy cái lạnh sắc buốt này làm toác mặt đất và phá toang các tảng đá lớn. Thế nhưng cũng chính ở nơi đây người ta có thể thấy những kỳ quan tuyệt vời như một trong những bảo tháp lớn nhất Châu Á: tháp Kangjong Charung Khashor (tháp Bodhnath ở xứ Tuyết). Có nhiều yếu tố cần thiết để duy trì, bảo dưỡng các tòa nhà này sao cho chúng có thể tồn tại được dài lâu.

Niềm tin kiên cố

Gió, tuyết, cái lạnh đe dọa và làm hư hoại mọi thứ. Nhưng, với tâm dũng mãnh vô song và niềm tin kiên cố vào Phật Pháp bất hoại như kim cương, con người ở đây không khiếp sợ băng giá. Khó mà hiểu hết chiều sâu và sức mạnh của tâm dâng hiến, tận trung tận hiếu của họ đối với Phật Pháp. Mặt đất trở thành một hỗn hợp tuyết lẫn với băng cứng chắc, gió lạnh thổi tới những cơn bão tuyết hung hãn, nhưng mọi người vẫn ngồi yên lặng giữa trời lắng nghe Pháp nhũ. Cái lạnh thấu xương thấm vào thân thể khiến người họ cứng đờ vì giá rét. Các khớp xương sưng tấy vì đau nhức, người gập xuống, đôi chân co quắp lại. Rồi họ không thể bước nổi nữa.

Bất chấp mọi thứ, họ không bao giờ ngã lòng trước nghịch cảnh. Họ vẫn tới nghe Pháp ngồi yên lặng giữa trời băng giá. Đây là một nét đặc trưng cho người Tây Tạng nói chung và người dân Golog nói riêng.

Lòng bi mẫn

Theo truyền thống [Tây Tạng] một vị đạo sư được ngồi trên pháp tòa trong một căn nhà đẹp đẽ được trang hoàng nhiều lá hoa và đủ mọi sắc màu rực rỡ. Thế nhưng, trong khi tôi có đủ tất cả những tiện nghi, trang thiết bị thì biết bao người đến nghe Pháp tôi giảng lại phải chịu giá rét và ngã bệnh. Làm sao có thể nhắm mắt làm ngơ được? Tôi đã cố gắng bằng nhiều cách tìm ra giải pháp cho vấn đề này và hiện nay tôi đang xây một thính phòng lớn có thể chứa được hàng ngàn người tới nghe Pháp vào mùa đông.

Cả thế giới biết rằng Tây Tạng tụt hậu rất xa xét về thịnh vượng vật chất. Và mức sống của Golog, cũng như thế, chỉ dừng ở những nhu cầu tối thiểu. Đặc biệt ở đây có những người cao tuổi gắn bó tận tụy với Phật Pháp. Họ sống xung quanh tu viện để có thể thọ nhận giáo lý, đi nhiễu tháp v.. v. mà ít khi bận tâm tới việc họ sẽ phải tự nuôi thân ra sao. Vì vậy mà có khoảng vài trăm người cao tuổi sống cạnh tu viện hoàn toàn dâng hiến thời gian sức lực cho hành trì tu tập nhưng lại không đủ cơm ăn áo mặc. Rồi các học trò, các hành giả từ khắp nơi trên đất Tây Tạng, chứ không riêng gì Golog, đổ tới tu viện. Đây là một trung tâm Phật Pháp thu hút nhiều tăng, ni, người cao tuổi và những người tu tại gia không có khả năng tự nuôi sống chính mình. Khi ta thấy người khác phải chịu rét, chịu đói, làm sao mà có thể làm ngơ được? Làm sao ta nhìn mà không cảm thấy xót thương? Vì vậy hàng năm tôi lo chu cấp cho họ thực phẩm và quần áo.

Khi Lama Sang còn trẻ cuộc sống trong vùng này rất gian khổ. Lúc mẹ Ngài ngã bệnh gia đình không có tiền để mua thuốc cho bà nên bà đã qua đời. Vì vậy Lama Sang đã khởi xướng việc chu cấp thuốc men cho người dân. Ngài đã phát nguyện chu cấp thuốc men bất cứ khi nào Ngài có đủ điều kiện và hàng năm Lama sang phân phát nhiều loại thuốc Tây Tạng cho hàng ngàn người bị bệnh. Noi theo tấm gương hạnh nguyện thanh tịnh của Ngài tôi tiếp tục công hạnh tuyệt vời này – hàng năm chu cấp thuốc men cho người bệnh.

Khóa nhập thất mùa đông

Tu viện chúng tôi có truyền thống độc đáo: truyền dạy giáo lý cho dân chúng. Trong nhiều năm Lamasang đều đặn hàng năm dạy pháp thuộc nhiều chủng loại cho dân chúng - những người có lòng tin vào Phật Pháp. Ngài chỉ thị cho tôi phải dạy Pháp cho cả chư tăng lẫn người tu tại gia. Cũng như Lama Sang, ba năm qua kể từ khi Ngài viên tịch, tôi đã ở lại Tây Tạng đối mặt với cái lạnh nghiệt ngã của mùa đông để giảng giải thật tỉ mỉ chi tiết các giáo huấn như: Lời Vàng của Thầy Tôi, Giáo huấn Sáu Bardo, Nhập Bồ tát Hạnh trong khoảng 3 tháng cho tới 100 ngày, Việc làm này thỏa mãn khát khao sâu sắc trong con tim của hàng ngàn người và là hạnh bồ tát thanh tịnh. Cũng như thế, với động lực thiện lành tôi tới những miền đất khác truyền dạy giáo lý Phật đà.

Giữ gìn và phát huy truyền thống tri thức lâu đời

Tây Tạng có một nền văn hóa và lịch sử rất giàu có và phong phú có thể làm lợi lạc cho toàn thế giới này. Việc giữ gìn và phát huy truyền thống tri thức lâu đời này là trách nhiệm của các thế hệ tiếp nối. Chúng ta gắn kết với nhau bởi cùng một mục tiêu: bảo tồn và truyền bá nền văn hóa này. Vì vậy tôi đã xây dựng Quỹ Gesar Shepen, Trung tâm Nghiên cứu Mayul và Trường Giáo dục Truyền thống và Hiện đại Tây Tạng. Lời nói thường dễ gây ấn tượng nhưng để thật sự thành công thì vấn đề vẫn là phải có tịnh tài - cơ sở để thực hiện các dự án.

Về bản thân tôi

"Tôi chỉ muốn đi theo tiếng gọi của hạnh bồ tát."

Tôi không là kẻ thừa kế gia sản từ ông bà cha mẹ; không là thương nhân biết làm đồng vốn sinh sôi nảy nở tới cả chục, trăm lần; không là kẻ đầu cơ chính trị biết bịp chúng dân bằng Pháp Phật trộn lẫn với toan tính thế tục; càng không phải là một kẻ chuyên lợi dụng chức vị cao để trục lợi.

Tôi là một kẻ bị đại dương dậy sóng của vô thường ném tung lên bờ với hai bàn tay trắng, là một hành khất không chút bận tâm tới việc làm giàu. Chính nghiệp của tôi đã khiến tôi trở thành một kẻ hành khất thuộc đại gia đình những người khốn khổ. Những ngân quỹ tôi có không phải tới từ cha mẹ, cũng không do tôi đã lừa gạt được ai. Những gì tôi có được là nhờ những người bạn tốt đã bố thí cho tôi với động cơ thiện lành. Tôi biết rằng thu nhập của họ là kết quả của giọt mồ hôi lao khó và của mớ bòng bong lo toan nghĩ ngợi – mỗi bước đi là bước gian nan, mỗi gánh nặng là gánh cam go khó nhắc. Dễ có ai thờ ơ nổi với những gì đã kiếm được bằng những vất vả lo toan nhường ấy? Vì thế tôi thực sự cảm động sâu sắc khi nghĩ tới những khó nhọc về thể chất cũng như tinh thần mà họ phải chịu đựng để có được những thu nhập ấy.

Tôi không phải là một người hoàn toàn thoát khỏi mọi tham muốn, hoàn toàn dửng dưng với tài sản và của cải. Tôi là kẻ hành khất luôn vui mừng đón nhận bất cứ thứ gì được bố thí. Tôi không phải là một kẻ tham lam chỉ muốn giữ chặt những gì đã tích cóp được. Tôi cũng không phải là một kẻ ích kỉ chỉ biết dùng những gì kiếm được cho riêng mình. Bất cứ thứ gì tôi có được đều trở thành gánh nặng trách nhiệm - tôi phải dùng nó cúng dường hay bố thí. Tôi không nói những điều này để gây ấn tượng tốt hay tự tán thán bản thân. Tôi đang trung thực với chính mình và kể sự thật về chính bản thân mình.

Trách nhiệm của tôi

"Nếu phẩm vật cúng dường của người có tín tâm bị ai đó phung phí hay biển thủ thì kẻ đó đang tạo ác nghiệp."

Hiện nay tu viện có tất cả trên bảy trăm vị tăng, ni và hành giả yogi, ba trăm học sinh đang học trong trường, hơn ba trăm người cao tuổi cần phải chu cấp các nhu cầu thiết yếu. Tôi chịu trách nhiệm chăm lo cho họ cả về vật chất lẫn tinh thần. Càng ngày số lượng tăng ni tới học tại tu viện càng tăng lên. Đặc biệt là số học sinh đến trường học cũng tăng lên. Và có nhiều cư sĩ tại gia gắn kết chặt chẽ với tu viện bởi tâm chí thành chí tín của họ. Tôi phải chính mình trực tiếp chăm lo cho việc tổ chức, giáo dục và phúc lợi của tu viện cũng như tất cả những ai gắn kết với tu viện.

Nếu phẩm vật cúng dường của người có tín tâm bị ai đó phung phí hay biển thủ thì kẻ đó đang tạo ác nghiệp. Trong "Kinh Bách Nghiệp" và nhiều kinh khác đã dạy như thế. Vì vậy, trách nhiệm đầu tiên của tôi là phải lo sao cho tiền của cúng dường được sử dụng đúng cách mà không bị mất, bị hư hao hay lãng phí. Và, từ tận đáy lòng tôi muốn nói rằng nếu ai đó muốn giúp đỡ cho cộng đồng tu viện (shanga) thì người đó trước hết phải tìm cách báo cho tôi biết.

Các bạn, những người có lòng tin nơi tôi, đã cúng dường tôi với cả tấm lòng nhân hậu. Các bạn là những người có ánh sáng của thiện tâm trong tim và hào quang của tâm từ trong trí. Tôi bảo đảm rằng những người nghèo khổ trong đất nước quê hương tôi luôn biết tới các bạn, biết tới giá trị của món quà các bạn trao tặng. Thấy được nó, nhận được nó và có được lợi lạc từ nó.

Nơi đây, giữa những cơn gió lạnh của cao nguyên tuyết phủ, hơi ấm đầu tiên mà thân tâm chúng tôi cảm nhận được đến từ cha mẹ. Tấm lòng của các bạn là hơi ấm, cũng như vậy, chúng tôi luôn mang trong tim. Những gương mặt rạng rỡ nụ cười và những trái tim dịu dàng của các bạn luôn sáng lấp lánh trong tâm chúng tôi.

Viết bởi Hungkar Dorje ở tại nước Mỹ cho tất cả mọi người cùng đọc.
Ngày 10.11.2012, San Jose.
(Rinpoche viết lúc đang giảng pháp Thiền tụng Kim Cang Tát đỏa ở San Jose trong khi các phiên dịch đang làm việc.)

"Nhưng, uy lực của nghiệp đã đưa tôi thành bông hoa nhỏ trên rặng núi. ..."

PHÁP, XÁ LỢI, ĐẠO SƯ

"... xá lợi tôi không phải những viên tròn tròn làm từ xương, đó là diệu Pháp âm tuôn ra từ kho báu ở nơi cổ họng tôi.»

"Pháp kinh điển, Pháp tu chứng là chân thật xá lợi Phật ... Đó là Vua của xá lợi.»

Gửi các bạn đạo,

những ai gắn kết với tôi do duyên nghiệp, lòng tin, nguyện lực,

Năm tháng qua với động cơ trong sáng, bất chấp khó khăn thể chất, tinh thần, phí tổn các bạn đã tới học pháp tôi, giúp đỡ tôi, đem tấm lòng thành đối đãi tôi. Và tôi, với động cơ trong sáng, đã dạy pháp và chăm lo cho các bạn, giữ các bạn trong tâm, cầu nguyện, trì tụng hàng ngày cho các bạn. Cứ như vậy, đã hình thành đoạn đầu và đoạn giữa của kết nối thiện lành giữa các bạn và tôi. Còn đoạn cuối chắc rồi sẽ mười phần tốt đẹp khi cuộc đời các bạn trọn vẹn hài hòa với Pháp.

Đây không phải việc ta làm trái ước muốn, không phải do bị ép, bị lừa gạt mà làm. Đây là việc ta làm tự tâm thành, do duyên nghiệp và nguyện lực. Bởi việc này ta làm tự lòng thành, nên chúng ta đang tu đạo với nguyện ước vị tha, với tình thương.

«Sức mạnh của tập quán, của xu hướng thiện lành đã đưa tôi đi theo con đường này."

Nghiệp lực đưa tôi sinh ra ở Tây Tạng - xứ tuyết giàu gió lạnh thấu xương và nghèo ôxy, hơi ấm. Tuổi thơ mãi tới khi lên mười tôi chưa hề thấy một cọng rau. Những năm tháng đó thức ăn tôi chỉ là sữa chua mùa hè, bột tsampa mùa đông. Tôi chỉ là cậu bé du mục bình thường lớn lên ở một nơi xa xôi hẻo lánh. Về môi trường và giáo dục thì từ nhỏ tôi chỉ là một cậu bé chăn gia súc không có chút hiểu biết gì.

Nhưng, uy lực của nghiệp đã đưa tôi thành bông hoa nhỏ trên rặng núi, được hơi ấm của lòng từ nơi các bạn che chở.

Nhờ hoàn cảnh, môi trường sống khi còn nhỏ tôi đã được hưởng thiện duyên toàn hảo cho con đường tu đạo.

Bất chấp sóng gió kinh hoàng của thời cuộc, khi còn là cậu bé bản tính tôi đã luôn hướng tới thiện lành và thương yêu. Tôi khát khao hướng tới tâm bồ đề với niềm vui và nguyện ước mãnh liệt, như con thơ khát mẹ. Điều này là do những khuynh hướng nghiệp, những tập quán huân tập từ tiền kiếp - đây là những gì chúng ta đều tin tưởng.

Cuộc sống tuổi thơ tôi thật khó hình dung nổi trừ phi tôi có thể trực tiếp đưa nó ra cho bạn thấy. Thế nhưng, nhờ sức mạnh của nghiệp lực những phẩm tánh tốt lành trong tôi không bị phôi phai, hủy hoại. Sức mạnh của tập quán, của xu hướng thiện lành đã đưa tôi đi theo con đường này. Chúng ta nói đó là nghiệp lực, nhưng trước hết đó là sức mạnh của khuynh hướng, thói quen được huân tập. Với tôi điều này thật rõ ràng. Đây là dấu hiệu trong tiền kiếp tôi đã vun trồng khát ngưỡng đặc biệt đối với Phật Pháp. Chính duyên nghiệp và nguyện lực đã đưa chúng ta hội ngộ.

"Trong khi các bạn xem tôi là một vị thầy đáng theo học đạo thì cũng có người không thấy tôi đáng để họ theo."

Tôi chỉ là một con người, một bản tánh, một tính cách. Trong khi các bạn xem tôi là một vị thầy đáng theo học đạo thì cũng có người không thấy tôi đáng để họ theo. Tất cả đều do sức mạnh của nghiệp lực, của nguyện lực. Tôi chẳng hay thêm do bạn trân quý tôi, cũng chẳng dở đi vì có người không như vậy. Các bạn không mất mát gì khi theo tôi, những ai theo vị thầy khác cũng chẳng nhờ đó mà được thêm chút gì cả.

Tâm họ đầy phiền não như vẫn vậy xưa nay, nên họ cứ buồn khổ, cứ ganh ghen đố kị v.v. như xưa nay vẫn thế. Cũng vậy, các bạn cũng buồn khổ, cũng ganh ghen đố kị đôi khi. Các bạn cũng không hơn không kém gì họ cả.

*"Có những người mang danh là lạt ma, tulku, khenpo
nhưng lại dùng tiền cúng dường
để nuôi gia đình họ và những việc tương tự ...
Tôi nhìn họ và cười giễu khi thấy họ dìu dắt những kẻ khác
đi trên con đường của sân hận, tham chấp,
tự khen mình và chê bai người khác."*

Còn tôi đi hết nơi này tới nơi khác, quyên góp cúng dường cho tu viện, chùa chiền mình. Các vị lạt ma khác cũng vậy: thu nhận cúng dường cho các tu viện, chùa chiền ... Tôi tiếp tục việc bảo tồn văn hóa, xây trường học, lo thuốc người bệnh, lo cơm áo người nghèo, phát triển giáo dục cộng đồng v.v. và tôi đang làm nhiều hơn những người khác. Đây là sự thật hiển nhiên, không phải những lời ba hoa rỗng tuếch.

Có những người mang danh là lạt ma, tulku, khenpo nhưng lại dùng tiền cúng dường để nuôi gia đình và những việc tương tự. Việc họ làm khiến tôi buồn cười. Tôi nhìn họ và cười giễu khi thấy họ dìu dắt kẻ khác đi trên con đường của sân hận, tham chấp, tự khen mình và chê bai người khác. Mục đích của Giáo pháp là lìa thoát tâm ngã chấp, vị kỉ, vậy tại sao những việc làm hoàn toàn trái với Đạo - tự khen mình và chê người - lại có thể gọi là «tu»?

"... xá lợi tôi không phải những viên tròn tròn làm từ xương, đó là diệu Pháp âm tuôn ra từ kho báu ở nơi cổ họng tôi.»

Vị thầy nào cũng dạy phải nương tựa một đạo sư, và ai cũng nói cần phải có lòng tin mãnh liệt. Ai cũng biết chuyện bà lão đắc đạo nhờ chiếc răng chó trong «Lời Vàng của Thầy Tôi». Nếu các bạn như bà lão nọ, thì tôi sẽ là cái răng chó kia. Giả như chẳng có chút xá lợi nào tuôn ra từ tôi, tức là các bạn đã không được như bà lão nọ. Còn nếu các bạn được như bà lão nọ thì chắc chắn xá lợi sẽ từ tôi mà tuôn ra. Tuy nhiên, xá lợi tôi không phải những viên tròn tròn làm từ xương, đó là Diệu Pháp âm tuôn ra từ kho báu ở nơi cổ họng tôi.

Pháp kinh điển, pháp tu chứng là chân thật xá lợi Phật. Giáo lý tánh Không và Thanh tịnh Quang chính là xá lợi của Pháp thân. Đó là Vua của xá lợi. Khi giáo lý này được trao truyền cho bạn thì việc bạn có thành tựu hay không phụ thuộc vào chính bạn. Đức Phật đã nói: "Phải biết rằng giải thoát phụ thuộc vào các ông." Cũng thế, điều đó phụ thuộc vào nỗ lực và tâm chí thành chí tín của bạn.

*"Còn nếu bạn có cái vẻ tu hành tử tế bên ngoài
nhưng sâu kín tận bên trong vẫn giữ mối nghi ngờ,
bạn nghĩ tới việc học pháp với một vị thầy khác
thay vì Bổn sư của bạn ...
Điều đó có nghĩa là bạn không có lòng tin chân thật."*

Nếu lòng tin của bạn vào đạo sư là chân thật không hư dối, thì cái nhìn của bạn dù [thể hiện] ra nơi cửa miệng hay [nằm kín] trong con tim đều giống y như nhau, không khác. Đó chính là đức hạnh - khi cái bạn nói và cái bạn làm là một, không hai. Còn nếu bạn có cái vẻ tu hành tử tế bên ngoài, nhưng sâu kín tận bên trong vẫn giữ mối nghi ngờ bạn nghĩ tới việc học pháp với một vị thầy khác thay vì Bổn sư của bạn, và tự nhủ: "Nếu thầy ta không dạy điều gì đó thì ta có thể học từ một vị thầy khác; cũng có gì khác nhau đâu.» Điều đó có nghĩa là bạn không có lòng tin chân thật. Và cho dù bạn có cố hành trì bao nhiêu đi nữa, cũng sẽ không có được mấy lợi lạc. Đó là cách mà mọi thứ nó vận hành.

*"Một số lạt ma đã chống lại Bổn sư của mình ...
nhưng lại vẫn sắm vai lạt ma quan trọng.
Họ dạy pháp cho những người biết rất ít về pháp,
và về những phẩm tánh quan trọng của một đạo sư.
Đây là một trong những dấu hiệu cho thấy
chúng ta đang sống trong một thời đại suy đồi.»*

Thời buổi ngày nay là thời buổi của thịnh vượng [vật chất] cho nên các lạt ma, các tulku, các khenpo cứ nói: "Đừng để đầu óc các con quay cuồng vì của cải vật chất» nhưng đầu óc của họ lại cứ bị quay cuồng bởi những thứ ấy. Tình trạng tệ hại này không chỉ có trong Phật giáo Tây Tạng mà cả trong Phật giáo phía nam, Phật giáo Trung Quốc, Phật giáo Việt Nam và Phật giáo phương Tây.

Trong tất cả các truyền thừa đều có những vị tăng, ni tiếp tục kinh doanh kiếm lời sau khi đã thọ giới xuất gia. Họ đã để cho của cải vật chất lôi cuốn. Họ dạy Pháp trong thời buổi mà của cải vật chất được lấy làm nền tảng [cuộc sống] cho nên cũng bình thường thôi nếu họ có dạy Pháp, ban quán đảnh, truyền lung ... mà chẳng hề quan tâm: họ có nắm được nền tảng của pháp đó hay không, họ có được truyền thừa hay không, họ đã tu pháp đó hay chưa, và họ có giữ giới hạnh thanh tịnh đối với Pháp, với Đạo sư hay không.

Một số lạt ma Tây Tạng không những, chính họ, không tu trì một pháp nào cả mà còn tự xưng là đang dạy pháp Dzogchen trong khi không hề biết Dzogchen là gì. Những lạt ma như vậy đã xuất hiện ở Trung Quốc và ở những nơi nào đó nữa; và họ cũng đã xuất hiện ở Mỹ. Một số lạt ma chống lại Bổn sư của mình, đã nổi loạn chống lại Đạo sư của họ, nhưng vẫn sắm vai lạt ma quan trọng. Họ dạy Pháp cho những người biết rất ít về Pháp và về những phẩm tánh quan trọng của một bậc Đạo sư. Đây là một trong những dấu hiệu cho thấy chúng ta đang sống trong một thời đại suy đồi.

" ... nếu Bổn sư của bạn dạy đi dạy lại mãi
về nền tảng căn bản ấy ...
thì đó là dấu hiệu cho thấy
tình thương yêu chân thật của Ngài đối với đệ tử."

Trong truyền thống của tôi, một hành giả [phải] nghiêm túc tu qua các giai đoạn thứ lớp của pháp tu dự bị, có lòng tin bất thối chuyển nơi Bổn sư, rồi sau đó [mới được] thọ nhận giáo lý về chân tánh của tâm. Bạn phải biết rằng nếu Bổn sư của bạn đã nghiêm khắc và hết lòng chỉ cho bạn thấy điều này, đã dạy đi dạy lại mãi về nền tảng căn bản ấy, mà không dạy bất cứ một giáo lý thâm diệu nào cả cho tới tận khi điều này đã bén rễ chắc chắn trong tâm của người học đạo - thì đó là dấu hiệu cho thấy tình thương yêu chân thật của Ngài đối với đệ tử.

Ngài Patrul Rinpoche dạy rằng thật là vô nghĩa nếu cứ đòi giáo lý thâm diệu trong khi chưa hề thiết lập được nền tảng cho việc thọ nhận giáo lý đó. Thiếu sự chuẩn bị cần thiết thì việc thọ nhận giáo lý thâm diệu sẽ không đem lại chút lợi lạc nào cả, và chắc chắn sẽ nảy sinh nguy cơ: người thọ nhận giáo lý sẽ hoàn toàn không có đủ khả năng để thâm nhập vào những tầng nghĩa thậm thâm.

Viết bởi Hungkar Dorje Rinpoche tại Hoa Kỳ tháng 12 năm 2013.

"Ngoài ra, bản thân tôi cũng có nghiên cứu ít nhiều về nét đẹp trong nghệ thuật của các quốc gia đó, đặc biệt là cách thức mỗi quốc gia trân quý và gìn giữ truyền thống nghệ thuật của họ."

BÀI VIẾT CỦA RINPOCHE

NGHỆ THUẬT TÂY TẠNG VÀ THẾ GIỚI HIỆN ĐẠI

(Bài thuyết trình về một số vấn đề hiện nay của Nghệ Thuật Tây Tạng)

Hungkar Dorje Rinpoche

Thưa các quý vị học giả, các quý vị quan chức và các bạn,

Vẻ đẹp ở cấp độ ngoại, nội và ẩn mật của Tây Tạng ngày càng rực rỡ hơn trong thế giới ngày nay. Với thời gian, mọi người trên thế giới ngày càng nhận ra đầy đủ hơn những giá trị độc nhất vô nhị của nền văn hóa Tây Tạng. Số người thuộc mọi quốc gia đang học hỏi, nghiên cứu về văn hóa và Phật giáo Tây Tạng nói chung, và những nét đặc thù của Tây Tạng nói riêng, đang không ngừng tăng lên. Nền văn hóa và tôn giáo Tây Tạng đang góp phần truyền thêm sức mạnh cho việc học tập, nghiên cứu, quán chiếu và đem lại bình an cho tâm hồn.

Đây là lần đầu tiên một hội thảo về nghệ thuật được tổ

chức ở Tây Tạng, và khách mời là các học giả đến từ nhiều nơi trên thế giới, cùng nhiều nghệ sĩ nổi tiếng tài hoa, họp mặt để bàn luận về tình hình phát triển của nghệ thuật Tây Tạng. Sự kiện này là một dấu hiệu cát tường truyền thêm sức sống cho nghệ thuật Tây Tạng.

Bản thân tôi, tuy là một người yêu văn hóa Tây Tạng, song tôi không phải là một nghệ sĩ được đào tạo đầy đủ, mà chỉ là người có chút ít kinh nghiệm, hiểu biết qua thực tế. Vì vậy, tôi chân thành cám ơn các quý vị đã mời tôi tới cuộc hội thảo này, để tôi có cơ duyên trình bày về một số vấn đề của nghệ thuật Tây Tạng.

Tôi đã được xem nhiều các tác phẩm nghệ thuật đặc trưng của các miền đất khác nhau, nhờ đó mà nuôi dưỡng cảm hứng đặc biệt và mối quan tâm sâu sắc tới lĩnh vực này. Ngoài ra, bản thân tôi cũng có nghiên cứu ít nhiều về nét đẹp trong nghệ thuật của các quốc gia đó, đặc biệt là cách thức mỗi quốc gia trân quý và gìn giữ truyền thống nghệ thuật của họ.

Đâu là nét tinh túy của nghệ thuật Tây Tạng ?

Mặc dù nghệ thuật Tây Tạng có một lịch sử phát triển rất lâu đời và rất phong phú hình thức thể hiện, song khắp nơi trên thế giới, cũng như ở quê hương tôi, nơi nào ta cũng có thể nhận thấy lòng say mê và ngưỡng mộ đặc biệt của mọi người đối với nghệ thuật vẽ thangka. Tinh túy và giá trị của nghệ thuật Tây Tạng ẩn trong nghệ thuật vẽ tranh thangka và phong cách thể hiện các vị Bổn tôn (Yidam) Phật giáo. Đây là nét đẹp mà thế giới ngưỡng mộ, và đây cũng là nét chính yếu của văn hóa Tây Tạng. Tinh túy của nghệ thuật thangka nằm ở cách thể hiện các vị Bổn tôn Phật giáo, chứ không phải ở những nét vẽ phong cảnh hay con vật. Chẳng hạn như trong nghệ thuật tranh Rebkong[9], con ngựa trông không giống con ngựa và con lừa cũng chẳng giống con lừa, nên bạn không thể gọi con vật đó là con ngựa hay con lừa. Cũng như vậy, các bức tranh không thể hiện sự khác biệt giữa chó và chó sói. Nói về cách vẽ cỏ cây hoa lá, thì các bức tranh không chủ đích mô tả cái cây hay bông hoa cụ thể. Và xét về nét vẽ đặc trưng để phân biệt đàn ông với đàn bà, thì cũng không thể tìm thấy gì hơn ngoài kiểu tóc và y phục.

Một người bạn nghệ sĩ Mỹ có lần nói với tôi rằng thời xưa, các họa sĩ Nhật bản vẽ các con hổ trông như những chú mèo hiền lành, có lẽ vì họ chưa bao giờ nhìn thấy một con hổ thật. Điều này có thể khiến người ta sinh thắc mắc tương tự: phải chăng các họa sĩ Rebkong vẽ ngựa giống như lừa vì họ chưa hề được nhìn thấy một con ngựa chăng! … Đùa tý thôi…

---

9 Rebkong là một vùng nổi tiếng về truyền thống tranh thangka., thuộc tỉnh Thanh Hải, Trung Quốc.

Đạo Phật có quan trọng trong nghệ thuật vẽ thangka hay không?

Nếu không có các họa phẩm thể hiện các vị Bổn tôn Phật giáo trong nghệ thuật Tây Tạng thì hẳn thế giới sẽ không quan tâm tới các hình thức nghệ thuật khác của chúng tôi. Bởi vậy, uy tín của nghệ thuật Tây Tạng phụ thuộc vào truyền thống vẽ tranh thangka này. Các vị Lạt Ma Tây Tạng và các vị Đạo sư Hóa thân (Tulku) đang truyền bá Đạo Phật ra khắp thế giới, và đồng thời các Ngài giới thiệu tới mọi người các vị Bổn tôn Phật giáo. Cho nên, bất kỳ ở nơi nào mà đạo Phật nói chung, và đặc biệt là truyền thống Tây Tạng nói riêng, được truyền bá, thì ở đó đều có mối quan tâm rất lớn đối với tranh thangka. Nhiều người sau đó đã thỉnh tranh thangka như một công cụ hỗ trợ cho công phu hành trì của họ, hoặc coi [các Bổn tôn trong] tranh là đối tượng cúng dường. Yếu tố căn bản khiến cho một bức thangka mang ý nghĩa đặc biệt đối với những người này là việc bức tranh được một vị Đạo sư ban gia trì . Chính vì vậy, việc các bức thangka được bán với số lượng lớn và được cả thế giới biết đến như vậy không chỉ do ở nét vẽ tinh xảo của các họa sĩ Tây Tạng, mà trước hết đó là kết quả hoạt động của các vị Lạt Ma và các vị Đạo sư Hóa thân của Tây Tạng.

Hiện trạng của nghệ thuật Tây Tạng?

Truyền thống nghệ thuật tôn giáo Tây Tạng đang có nguy cơ trở thành món hàng thương mại hóa. Trong suốt thời quá khứ, từ khởi thủy các họa sĩ phải có một động cơ trong sáng và là những người hiểu biết uyên thâm. Họ tinh thông và có hiểu biết sâu sắc trước hết nhờ theo học các bậc Đạo sư nắm giữ dòng truyền thừa nghệ thuật vẽ các vị Bổn tôn. Các họa sĩ có lòng tin và kiến giải đúng đắn rằng việc họ làm là nhằm tích lũy công đức và nhận lực gia trì gia hộ. Đó chính là lý do vì sao họ vẽ các vị Bổn tôn và truyền dạy lại nghệ thuật này cho người khác. Yếu tố chính yếu trong nghệ thuật vẽ các vị Hộ Phật là khung phân chia không gian phẳng của thangka theo tỷ lệ thích hợp, và cách thể hiện gương mặt, bàn tay, cơ thể. Nền tảng căn bản cho nghệ thuật vẽ tranh chính là động cơ trong sáng của người nghệ sĩ. Sau khi bức tranh được hoàn tất tới từng chi tiết, nó được ban gia trì và được thực hiện nghi lễ [Mật giáo] hoàn thành bức thangka. Khi đó bức tranh có thể mang lại lợi lạc vô cùng lớn lao cho những người khác.

Tuy thế, giới họa sĩ ngày nay bị cám dỗ bởi lời lãi và có

rất ít thời gian để nhận truyền thừa. Họ không còn coi trọng việc bức tranh phải được hoàn thiện trong từng chi tiết và mỗi vị Hộ Phật phải có nét thể hiện riêng tương ứng cùng với tất cả những tỉ lệ thích hợp và chuẩn xác. Thay vào đó, họ chỉ tập trung vào việc thêm thắt các loại hình hoa lá và đủ kiểu dạng [trang trí] cầu kỳ trên trang phục. Đến nỗi đôi lúc đó là toàn bộ những gì mà họ quan tâm và cố phô ra cho người mua thấy. Rốt cuộc, tranh họa sĩ ngày nay vẽ thường đầy những hình người nét mặt thì xấu xí, nhưng lại được bọc trong trang phục đẹp đẽ.

Cách thức vẽ và bán tranh thangka của các họa sĩ thời nay

Có nhiều thương gia Trung Quốc và phương Tây tuy có biết về tranh thangka, song lại thiếu kinh nghiệm đánh giá hình thức thể hiện của tranh. Đặc biệt trong việc mua bán, họ chỉ thuần túy quan tâm tới việc tranh thangka của họ có gây ấn tượng với khách hàng hay không. Có những họa sĩ đã kiếm được chút danh thậm chí không hề động vào tranh của họ, mà để học trò vẽ thay. Mặc dầu họ đang thể hiện một vị Bổn tôn quan trọng, nhưng họ lại coi thường ý nghĩa quan trọng của màu sắc, pháp khí, biểu tượng, và bảo trang [của Bổn tôn] *(những món nghiêm sức trên thân*

Bổn tôn - đối tượng thiền quán _ LND). Và họ làm ra vẻ bức tranh của họ là tối hoàn hảo, một khi người ta đã bôi đủ sắc màu sặc sỡ lên đó.

Có lần tôi xem (trong bộ tranh của một thương gia Trung Quốc) bức vẽ một vị Bổn tôn phẫn nộ chín-đầu mười-tám-tay, nhưng trong bức vẽ thì vị Bổn tôn lại có tám tay trái và mười tay phải! Một kết cục không phải do thiếu hiểu biết hay do cố ý, mà do người họa sĩ đã vô trách nhiệm, thiếu nghiêm túc trong việc thực hiện bức vẽ.

Ví dụ, có những bức vẽ Ngài Tsongkhapa hay Đạo sư Liên Hoa Sanh do những họa sĩ ít nhiều danh tiếng vẽ, vậy mà tòa sen nơi các Ngài an tọa và vương miện trên đầu lại không cân xứng về kích thước. Chẳng lẽ Đức Tsongkhapa và Đạo sư Liên Hoa Sanh thực sự có những cái đầu lớn nhường vậy sao? Tiếp đó, khi xem xét các bức thangka vẽ một tập hội các vị Bổn tôn, chúng tôi thấy có một số chư vị có tới sáu ngón tay, còn một số chư vị khác lại chỉ có bốn ngón tay. Có một số Ngài một mắt to và một mắt bé; một số Ngài không cầm pháp khí, hoặc cầm "nhầm" pháp khí! Chúng tôi còn thấy một sự khác biệt lớn về chất lượng giữa hình ảnh của chư vị ở trung tâm và chư vị xung quanh. Và còn nhiều vấn đề khác nữa. Tuy nhiên, người nước ngoài có ấn tượng tốt về các bức thangka đó là vì họ không nắm bắt được tầm quan trọng của nguyên tắc tỷ lệ thích hợp [trong nghệ thuật thangka] hay ý nghĩa của biểu tượng và pháp khí cầm tay của các vị Bổn tôn.

Hình như có nhiều họa sĩ bị lôi cuốn bởi tham vọng tạo ấn tượng rằng mình thông minh và hiểu biết. Mục đích tối thượng của một bức thangka là tạo niềm tin nơi Giáo Pháp và khơi dậy lòng khát ngưỡng đối với chư Phật. Nếu các bức thangka được gia trì và thực hiện nghi lễ [Mật giáo] thì chúng sẽ có sức mạnh chuyển hóa tâm lớn lao. Tuy nhiên, một số họa sĩ dường như quên mất rằng toàn bộ tâm trí của họ đã bị lôi cuốn vào việc kiếm lời. Họ làm ra vẻ mình đạt chứng ngộ cao và muốn tạo ấn tượng họ là những Phật tử, những đệ tử rất quan trọng. Họ tuyên bố rằng tranh của họ mang lực gia trì, gia hộ nhiều hơn bất cứ bức tranh nào khác, hoặc những hình ảnh trong thangka của họ được thể hiện một cách tự nhiên, chân thực. Họ muốn tán dương chính bản thân họ. Chính những người này luôn miệng nói rằng nghiệp là đáng sợ, trong khi việc họ làm thì chỉ nhằm mỗi một mục đích là kiếm thêm nhiều khách hàng mà thôi.

Chẳng hạn, tôi có nghe nói xung quanh tu viện Kumbum có nhiều tay buôn đã lợi dụng niềm tin Phật giáo của những bạn đạo Trung Quốc. Họ bán cho các bạn đạo này những khăn kakta giá tới mấy ngàn nhân dân tệ và nói rằng những chiếc khăn đó đã được các vị Lạt Ma ban phước. Cũng tương tự như thế, chúng tôi thấy các bạn đạo Trung Quốc của mình bị lừa khi mua tranh thangka. Xét ở một khía cạnh nào đó, ta thấy rằng việc như vậy xảy ra vì [trong quá khứ họ đã tạo] nhân cho quả báo mà họ gặt bây giờ. Nhưng từ một góc độ khác mà xét, thì đó là dấu hiệu của tín tâm mù quáng: do vô minh nên họ dễ bị kẻ khác lợi dụng.

Điều tai hại gì có thể xảy ra từ hiện trạng của nền nghệ thuật Tây Tạng ?

Tôi tin chắc thực trạng hiện nay của truyền thống thangka Tây Tạng là vô cùng có hại cho tương lai của nghệ thuật này bởi ba lý do sau đây :

1. Nếu động cơ vẽ tranh thangka cuối cùng là để kiếm tiền thì đương nhiên chất lượng của nghệ thuật sẽ bị suy thoái.

2. Chất lượng giảng dạy nghệ thuật Tây Tạng sẽ không thể giữ vững được và truyền thừa chân thực cũng sẽ bị rơi vào suy thoái.

3. Thói tham vật chất của các họa sĩ và việc lừa gạt khách hàng của họ sẽ khiến cho mọi người vỡ mộng về người dân Tây Tạng, cũng như nền nghệ thuật Tây Tạng.

Chẳng hạn như tôi nghe nói, và được tận mắt chứng kiến, có nhiều người thuộc các quốc gia khác nhau lúc đầu có niềm tin nơi Phật giáo Tây Tạng, song đã vỡ mộng khi thấy những hành vi của một vài người Tây Tạng, rõ ràng là trái với Giáo lý nhân quả. Cuối cùng, họ trở nên hoài nghi và phát triển một cái nhìn sai lạc về Phật Pháp, tới mức họ vứt tranh thangka của họ và nhiều thứ khác vào thùng rác, hoặc phát triển một thái độ ác cảm đối với nghệ thuật Tây Tạng.

Chúng ta làm gì để bảo tồn giá trị của nền nghệ thuật Tây Tạng?

Nghệ thuật vẽ tranh thangka của Tây Tạng hiện đang có được một số giá trị và vị thế nhất định trên thế giới. Để có thể gìn giữ và phát huy loại hình nghệ thuật này, để nó luôn giữ được chân truyền và mang tới hạnh phúc cho mọi người trên khắp thế giới, thì điều hết sức quan trọng đối với người nghệ sĩ, là phải có động cơ trong sáng và hành động hợp với Giáo lý nhân quả. Nghệ thuật là thước đo cấp độ cao thấp của đào tạo nghề, của lòng tin, của việc nghiên cứu, học tập, và của con tim. Nói cách khác, tất cả những điều này bộc lộ ra bên ngoài qua nghệ thuật thangka.

Truyền thống nghệ thuật này cũng thể hiện tư tưởng của người dân Tây Tạng nói chung, và thể hiện sự truyền trao giáo lý Phật đà nói riêng. Một điều quan trọng đối với các tu sĩ kiêm họa sĩ, là họ phải ý thức được rằng họ cần phải hành xử hợp với Phật tánh thanh tịnh như họ đã được dạy trong Giáo pháp. Hơn thế nữa, họ đại diện cho những phẩm chất [tốt đẹp] của truyền thống tôn giáo và văn hóa Tây Tạng.

Vì lẽ đó, tôi xin một lần nữa, và một lần nữa, kêu gọi các bạn hãy làm tất cả những gì có thể để phát triển động cơ trong sáng và cách hành xử hợp với Đạo lý, để truyền thống quý báu này có thể làm lợi lạc cho hết thảy mọi người. Sau cùng, tôi xin được bày tỏ lòng biết ơn sâu sắc đối với những cuộc hội thảo như thế này. Và đặc biệt, đối với cuộc hội thảo đầu tiên về nghệ thuật Tây Tạng này - tất cả, từ khởi đầu, tới phần giữa, và cho tới kết thúc - đều nhằm mục đích tích lũy công đức và đặt nền móng trên tình hữu nghị. Tôi xin cầu nguyện cho những cuộc hội thảo như thế này sẽ được tiếp tục tổ chức và nghệ thuật Tây Tạng sẽ phát triển ra khắp thế giới, thỏa mãn ước nguyện của hết thảy mọi người.

"Đại Bảo Tháp này là trái tim của tu viện."

Việt dịch: Hiếu Thiện (Lotsawa)
Chế bản: Kiên Cường
Đồ họa: Khánh Vinh, An Nhiên.
Mọi sai sót xin thành tâm sám hối,
mọi công đức xin hồi hướng khắp pháp giới chúng sinh.

Milton Keynes UK
Ingram Content Group UK Ltd.
UKHW031122180324
439638UK00009B/470